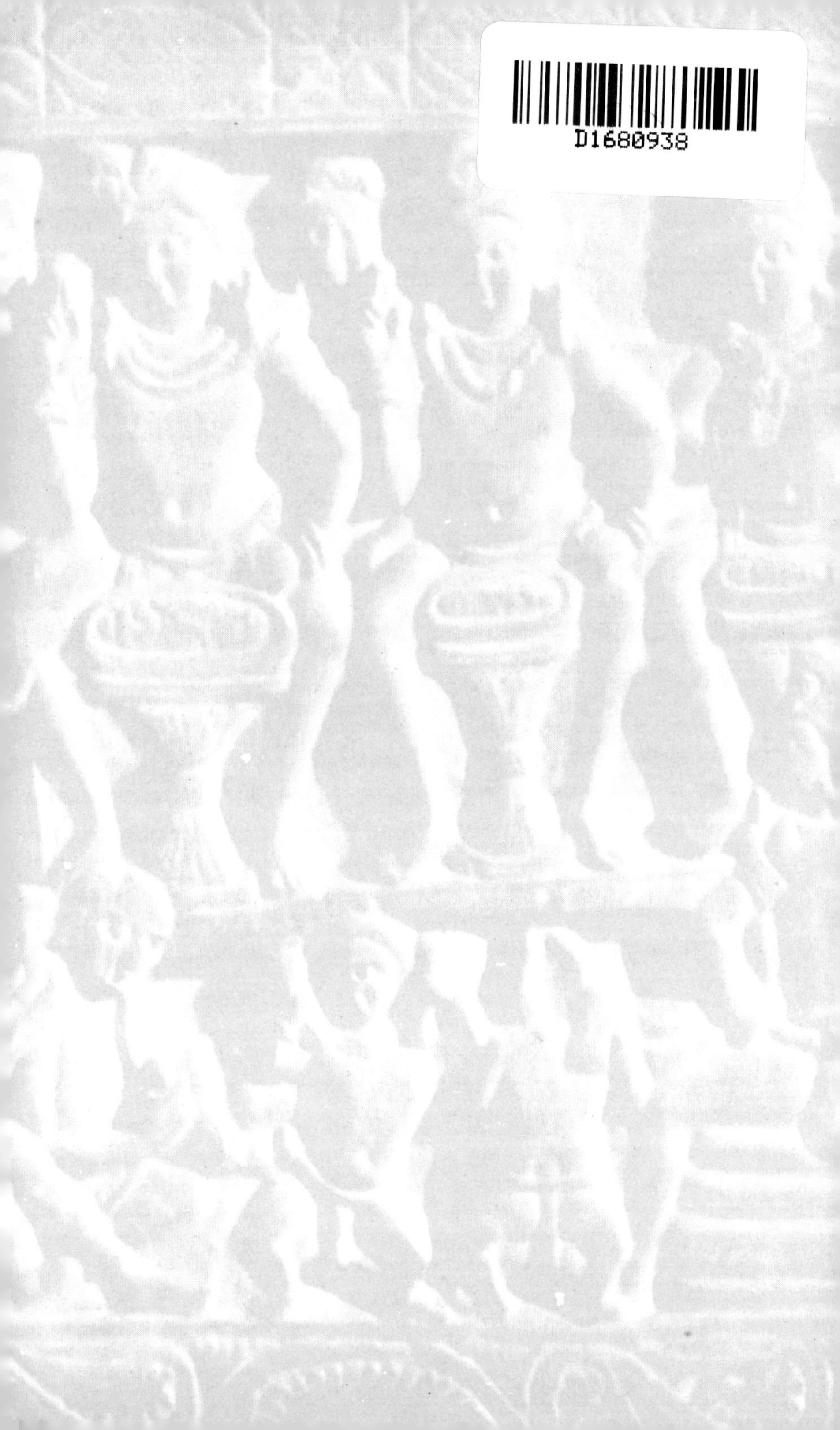

ஔவையார்

உள் அட்டையில் காணும் சிற்பக் காட்சியில், பகவான் புத்தரின் அன்னை மாயாதேவி கண்ட கனவின் பலனை மன்னர் சுத்தோதனருக்கு நிமித்திகர் மூவர் விளக்குகின்றனர். அவர்களுக்குக் கீழே அமர்ந்து அந்த விளக்கத்தை எழுதுகிறார் ஓர் எழுத்தர். எழுதும் கலையைச் சித்திரிக்கும் முதல் இந்தியச் சிற்பம் இதுவாகவே இருக்கலாம்.

நாகார்ஜுன மலைச் சிற்பம் கி.பி. இரண்டாம் நூற்றாண்டு. (படஉதவி: நேஷனல் மியூசியம், புது தில்லி)

இந்திய இலக்கிய சிற்பிகள்

ஔவையார்

தமிழண்ணல்

சாகித்திய அகாதெமி

Avvaiyar: Monograph in Tamil by Rm Periakaruppan 'Tamizhannal', Sahithya Akademi, New Delhi. (1998, 2009, 2012, 2016, Reprint 2018) Price Rs. 50/-

© சாகித்திய அகாதெமி

முதல் பதிப்பு	: 1998
மூன்றாம் பதிப்பு	: 2009
நான்காம் பதிப்பு	: 2012
ஐந்தம் பதிப்பு	: 2012
ஆறாம் பதிப்பு	; 2016
ஏழாம் பதிப்பு	: 2018

தலைமை அலுவலகம்

சாகித்திய அகாதெமி, 'இரவீந்திர பவன்', 35, பெரோஸ்ஷா சாலை, புது தில்லி 110 001.

விற்பனை அலுவலகம்

'ஸ்வாதி', மந்திர் சாலை, புது தில்லி 110 001.

மண்டல அலுவலகங்கள்

மத்தியக் கல்லூரி வளாகம், பல்கலைக்கழக நூலகக் கட்டிடம், டாக்டர் அம்பேத்கர் வீதி, பெங்களூரு 560 001.

4, டி.எல். கான் சாலை, கொல்கத்தா 700 025.

72, மும்பை மராத்தி கிரந்த சங்கிரகாலய சாலை, தாதர், மும்பை 400 014.

சென்னை அலுவலகம்

குணா பில்டிங்ஸ், 443, அண்ணா சாலை, தேனாம்பேட்டை, சென்னை 600 018.

ISBN: 81-260-0057-0

Rs. 50.00

Visit our website at http://www.sahitya-akademi.gov.in

ஒளி அச்சு : Chengamalam Enterprises, Chennai 600 004

முன்னுரை

ஔவையார் உலகப் பெண்பாற் புலவர்களில் தலைசிறந்தவர். தமிழர்களின் உள்ளங்களிலும் இல்லங்களிலும் நீங்கா இடம் பெற்றவர். சங்ககால ஔவையாரும் இடைக் காலத்தில் சோழப் பேரரசு சிறந்து விளங்கிய போது தோன்றிய நீதிநூல் ஔவையாரும் ஆகிய இருவருமே மிகுந்த சிறப்புக்குரியவர்கள். நீதிநூல் ஔவையார் புகழ் தமிழகம் முழுவதும் பரவி, கற்றோரேயன்றி மற்றோரும் நினைவில் வைத்துக் கொண்டாடும்படி அமைந்தது. அதற்கு அவர் பாடிய எளிமை மிகுந்த ஆத்திசூடி, கொன்றை வேந்தன் போலும் நீதிநூல்களே காரணமாகும். அவர் பாடல்களில் அமைந்த நெஞ்சில் ஆழப் பதியும்படியான கருத்தும் வடிவமும் நிறைந்த சிறு சிறு தொடர்களே அவரை அடிக்கடி நினைப்பூட்டுகின்றன. அதனுடன் அவர் பாடிய தனிப்பாடல்களும் மக்களிடையே மிகுந்த செல்வாக்குப் பெற்றன. அவரது புலமை, பாப்புனையும் திறன், எளியோரிடமும் கலந்து பழகி மக்கள் கவிஞராக விளங்கியமை என்பனவற்றால் பல கதைகளும் கற்பனை நிகழ்ச்சிகளும் மக்களால் சொல்லப்பட்டு வாய்மொழியாக வழங்கலாயின. அவர் இயற்றியனவல்லாத சில பாடல்களும் நூல்களும் அவரோடு தொடர்பு படுத்தப்பட்டு காலப் போக்கில் கதைகள் பல வழங்கலாயின.

இந்நூல் ஔவையார் பற்றிய ஒரு முழுமையான பார்வையைத் தருவதுடன், சங்ககால ஔவையார்,

நீதிநூல் ஔவையார் ஆகிய இருவர் பற்றிச் சிறப்பாக எடுத்து மொழிகிறது.

'தமிழ் நாவலர் சரிதை', 'புலவர் புராணம்', 'விநோதரச மஞ்சரி', 'பாவலர் சரித்திர தீபகம்' போலும் பல நூல்களில் ஔவை வரலாறு காணப் படுகிறது. வாய்மொழியாக வழங்கியவற்றின் தொகுப் பாதலால், இக்கதைகளில் சிறு சிறு மாற்றங்களையும் காணலாம். இன்னும் ஏட்டிலேறாத ஔவைக் கதை களும் மக்களிடையே வழங்குகின்றன.

தனிச்செய்யுட் சிந்தாமணி, தனிப்பாடல் திரட்டு ஆகியவற்றில், ஔவையின் தனிப்பாடல்கள் பல அவற்றிற்குரிய பின்னணிக் கதைகளோடு தரப்பட்டு உள்ளன.

ஔவை வரலாற்றை முதன்முதலாக வரன்முறை யோடு எழுத முயன்றவர், எஸ். அனவரத விநாயகம் பிள்ளை ஆவார். அவர் 'நீதிநூல் திரட்டு' என்ற நூலின்கண் 1906ல் 'ஔவையார் சரித்திரம்' என்ற பெயரால் 78 பக்கங்களில் ஒரு முன்னுரை எழுதியுள் ளார். அது தனி நூலாகவும் வெளிவந்துள்ளது. மிக விரிவாகத் 'தமிழ் இலக்கிய வரலா'ற்றை எழுதிய அறிஞர் மு. அருணாசலம், 'சைவ இலக்கிய வர லாறு' எழுதிய ஔவை சு. துரைசாமிப் பிள்ளை போல்வார் பலர் ஔவையார்கள் பற்றிய வரலாறு களை விரிவாகத் தந்துள்ளனர். முனைவர் ந. சுப்பிர மணியன் 1962ல், சங்க இலக்கியத்தில் காணப்படும் 59 பாடல்களையும் உரையுடன் பதிப்பித்து, அதில்

சங்ககால ஔவையின் வரலாற்றை ஆராய்ச்சி முன்னுரையாகத் தந்துள்ளார்.

இவ்வாறு வரலாறாகவும், கதைகளாகவும், கட்டுரைகளாகவும் ஔவை பற்றிய ஆய்வுகள் மிகுதியாக வெளிவந்துள்ளன. இந்நூல் ஔவையின் அறிவு, அனுபவம், புலமை, திறமை, சாதுரியம் யாவற்றையும் சுருங்கச் சொல்லி விளங்க வைக்கும் நல்லதோர் அறிமுக நூலாக எழுதப்பட்டுள்ளது.

அதியமான் நெடுமான் அஞ்சி கொடுத்த நெல்லிக் கனியால் மட்டுமல்லாமல், தம் பாட்டுத் திறத்தாலும் வையம் உள்ளளவும் வாழும் சிறப்புப் பெற்ற ஔவைப் பெருமாட்டியைப் பற்றி எழுதக் கிடைத்தது ஒரு பெரும் பேறேயாகும். இவ்வாய்ப்பினை நல்கிய சாகித்திய அக்காதெமிக்கு என் நெஞ்சார்ந்த நன்றிகளை உரித்தாக்குகின்றேன்.

மதுரை 625 020 தமிழண்ணல்

உள்ளுறை

1. ஔவையார் — 9
2. சங்ககால ஔவையார் — 16
3. நீதிநூல் ஔவையார் — 53
4. ஔவைக் கதைகள் — 78

பின்னிணைப்பு

1. ஆத்திசூடி — 103
2. கொன்றை வேந்தன் — 108

ஔவையார்

தமிழ் கூறும் நல்லுலகில் 'ஔவை' எனும் பெயரை அறியாதார் இலர். இளஞ்சிறார் முதல் அகவை முதிர்ந்த பெரியோர் வரை; கல்வியறிவில்லாத மக்கள் முதல் கற்றுத் துறை போகிய சான்றோர் வரை ஔவை என்றால் மதிப்போடும் மகிழ்வோடும் சொல்லி, அவரது அறிவுரைகளை எடுத்து மொழியக் காணலாம்.

அ, ஆ என அரிச்சுவடியைக் கற்பிக்கத் தொடங்கும் போதே சின்னஞ் சிறுவர்க்கு ஔ எழுத்தை அறிமுகப்படுத்த ஔவை எனச் சொல்லித் தருவது தொன்றுதொட்டு வரும் பெருவழக்கு ஆகும்.

"அறஞ்செய விரும்பு"

"ஆறுவது சினம்"

"செய்வன திருந்தச் செய்"

"இணக்கமறிந்து இணங்கு"

★

"கிட்டாதாயின் வெட்டென மற"

"குற்றம் பார்க்கின் சுற்றம் இல்லை"

"தந்தை சொல் மிக்க மந்திரமில்லை"

"மின்னுக்கெல்லாம் பின்னுக்கு மழை"

★

"கெட்டாலும் மேன்மக்கள் மேன்மக்களே"

"ஓடுமீன் ஓட உறுமீன் வருமளவும் வாடி இருக்குமாம் கொக்கு"

''கற்றோர்க்குச் சென்ற இடமெல்லாம் சிறப்பு''

''கற்றது கைம்மண்ணளவு கல்லாதது உலகளவு''

''சித்திரமும் கைப்பழக்கம் செந்தமிழும் நாப்பழக்கம்''

இவை பழமொழிகள் போல் மக்களிடையே அன்றாட நடைமுறை வாழ்வில் பயன்படுபவை. ஔவை தந்த அரிய கருத்துக் கருவூலங்களாம். இவ்வறிவுத் தொடர்கள், கல்லாதார் நாவிலும் களிநடம் புரியக் காணலாம்!

ஔவையார் சங்ககாலத்தில் மிகவும் புகழ்பெற்ற பெண் பாற் புலவராகத் திகழ்ந்துள்ளார். அதனால் தமிழகத்தில் வழி வழியாகச் சிறப்புடைய பெண்பாற் புலவர் பலர் ஔவை என்றே அழைக்கப்பட்டு வந்துள்ளனர். நூற்றாண்டு வரிசையில் மிக விரிவாகத் 'தமிழ் இலக்கிய வரலா'ற்றை எழுதிய அறிஞர் மு. அருணாசலம் ஆறு ஔவையார்களைப் பற்றிக் குறிப்பிடு கிறார். சான்றோர் மு. வரதராசனார் தமது இலக்கிய வரலாற்றில் பல ஔவையார்கள் காலந்தோறும் வாழ்ந்து வந்துள்ளமையைச் சுட்டிக் காட்டுகிறார். சோழர் காலமாகிய இடைக் காலத்தில் வாழ்ந்து, நீதிநூல்கள் பாடிய ஔவையாரே, அனைவரிலும் மிக்க பெரும் புகழ் பெற்றவர். அவரை ஒட்டியே செவிவழிக் கதைகள் பல கட்டப்பட்டு, வாய்மொழியாக மக்களிடையே வழங்கலாயின. ஏனைய ஔவையார்கள் எல்லாம் 'வினாயகர் அகவல்', 'ஞானக் குறள்', 'அசதிக் கோவை', 'பந்தனந்தாதி' என இவ்வாறு தனி நூல்களால் அறியப்படுகின்றவர் ஆவர். 'விநோதரச மஞ்சரி', 'தனிப்பாடல் திரட்டு', 'தனிச்செய்யுட் சிந்தாமணி', 'தமிழ் நாவலர் சரிதை', 'புலவர் புராணம்' போன் றவை ஔவை தொடர்பான கதைகளைக் கூறி, அக்கதைப் பின்னணியில் ஔவை பாடிய பாடல்களையும் தருகின்றன. இக் கதைகள் நூலுக்கு நூல் சிறு சிறு வேறுபாடுகளுடன் காணப்படும். பெரும் பகுதி புகழ் படைத்த நீதிநூல் ஔவையின் வரலாற்றை இணைத்தும் கூறப்படும். இவற்றில் எது உண்மை, எது கற்பனை எனப் பிரித்தறிவது கடினம். பாடல்களை வைத்துக் கொண்டு, அவற்றின் பின்னணியைப் புலவர்கள் கதை நிகழ்ச்சி களாகக் கற்பனை செய்து கூறிய பாங்கும் சில பாடற் கதை களில் காணப்படுகிறது. இன்னும் ஏட்டிலேறாது வழங்கி வரும் ஔவைக் கதைகளும் பல உள. எங்ஙனமாயினும், இவை சுவை மிக்கவையாய், அறிவுக்கு விருந்தாய், உலகியலறிவு பொருந்தி

யவையாய் விளங்குதலால் மக்கள் இவற்றைச் சொல்லிச் சொல்லி மகிழ்கின்றனர்.

இங்ஙனம் ஒரு புலவர் பெற்ற புகழ் காரணமாகப் பின் வருபவர்கட்கு அதே பெயரை இட்டு வழங்குவதில் வியப் பொன்றுமில்லை. கபிலர், பரணர், நக்கீரர், பட்டினத்தார் போலும் புகழ்பெற்ற புலவர்கள் பெயரால் பலர் வாழ்ந்துள் ளமை நாம் அறிந்ததேயாகும். இத்தகைய ஔவையார்களைப் பற்றிய வரலாற்றுக் குறிப்புக்களை ஒருமுகப்படுத்திச் சுருங்கக் கூறுமுகத்தான், இந்நூலுள் மூன்று தலைப்புக்களில் அவை எடுத்து மொழியப்படுகின்றன.

''சங்ககால ஔவை
நீதிநூல் ஔவை
ஔவைக் கதைகள்''

இவ் ஔவையார்களிடையே சிற்சில வேறுபாடுகள் காணப்படுதல் இயல்பே. எனினும், பல கூறுகளில் ஒற்றுமைத் தொடர்ச்சி காணப்படுவது வியப்பைத் தருகிறது.

**ஔவை பெயரால் அமைந்த தொடர்கள், பாடல்கள்
எல்லாமே திட்ப நுட்பமுடையவை; உலகியலறிவு சார்ந்தவை;
பட்டறிவு முத்திரைகள் பதித்தவை; எல்லோர் நாவிலும்
எளிதில் ஒலிக்கப்படுபவை:**

**ஔவையார் அனைவருமே வேந்தர்களைவிடவும் எளிய
வள்ளல்களையே போற்றுபவர்கள்; மக்களிடையே
மக்களாக வாழும் மனப்பாங்குடையவர்கள்; நன்றியுணர்வு
மிக்கவர்கள்;
நல்லவர்களைப் போற்றியும் அல்லாதவர்களைத் தூற்றியும்
அஞ்சாமல் வாழ்ந்தவர்கள்.**

சங்ககால ஔவை, நீதிநூல் ஔவை யாவரும் சிவநெறிச் சார்புடன் காணப்படுகின்றனர்.

புலமைத் திறத்தில் ஈடும் எடுப்புமில்லாதவர்களாகவே விளங்குகின்றனர்.

இங்ஙனம் பெண்ணினத்திற்கே சிறப்புத் தேடும் வகையில் ஔவை வரலாறு அமைகிறது. உலகப் பெண்பாற் புலவர்கள் இடையே தமிழ் ஔவைக்குச் சிறப்பிடம் உண்டு என்று அறிஞர்கள்

போற்றுகின்றனர். கிரேக்கப் பெரும் புலவராகிய 'சாபோ' (Sappho) எனப்படும் பெண்பாற் கவிஞருடன் தமிழ் ஔவையை ஒப்பிட்டுத் திறனாய்ந்து கூறுகின்றனர். ஆயிரம் ஆண்பாற் புலவர்கள் இருப்பினும் அவர்களுக்கெல்லாம் ஈடுகொடுக்கும் வகையில், ஔவைப் பெருமாட்டி புலமையாலும் பண்பாலும் சிறந்து விளங்கியமை போற்றுதலுக்குரிய சிறப்பேயாகும்.

இன்று நாம் மக்களுக்காக, மக்களுள் ஒருவராக, மக்களையே மிகுதியும் மதித்துப் பாடும் புலவர்களை **மக்கள் கவிஞர்** எனப் போற்றுகிறோம். அதனோடு மக்களுக்கெல்லாம் விளங்கும்படி எளிய தமிழில் பாடுகிறவர் என்ற சிறப்பையும் எடுத்துக் கூறுகிறோம். ஔவையாரும் 'மக்கள் பாவலராகவே' திகழ்ந்துள்ளமை அறிந்து இன்புறத்தக்கதாகும்.

சங்க ஔவையும் நீதிநூல் ஔவையும் என இருவரே வாழ்ந்தனர் என்ற கருத்துப் பலருக்கு உண்டு. இவ்விருவரும் வளர்த்த புகழே மற்ற பலரையும் இப்பெயரால் அழைக்கத் தூண்டியிருக்க வேண்டும். ஆயின் ஒரு குறிக்கத் தகுந்த வேறு பாடு; சங்க ஔவை கபிலர், பரணர், வெள்ளிவீதியார் போலும் தம் சமகாலப் புலவர்களைப் பெருமிதத்தோடும் பரிவோடும் குறிப்பிடுகிறார்; இடைக்கால ஔவையார் அக்காலச் சூழலுக் கேற்ப புலமைச் செருக்குடன் போட்டியும் விவாதமும் விளை விப்பவராகக் காணப்படுகிறார். இவ்விரண்டு ஔவையார்களே உண்மையாக வாழ்ந்தனர் என்று கூறலாம். ஏனைய ஔவைப் பெயருடையார் யாவரும் இவர்களது புகழ் ஒளியில் பூத்த நறுமலர்களாகவே எண்ணத்தக்கவராவர்.

ஔவை — பெயர்ப் பொருள்

ஔ என்ற எழுத்தை 'அவ்' என எழுதினும் ஒரே ஒலிப்புத் தான். ஆகவே 'அவ்வை' என எழுத்துப் போலியாக எழுதலாம். தொன்மை வடிவம் ஔவையே. இவை கூட்டொலிகள் அல்ல; எழுத்துப் போலி பற்றியன என அறிதல் வேண்டும்.

பைத்தியம் - பயித்தியம்; இவ்வாறு அகர, இகரம், ஐகாரம் ஆகும். கௌதமன் - கவுதமன்; இவ்வாறு அகர உகரம் ஔகாரம் ஆகும். இவையும் ஒலி ஒத்திசைக்கும் எழுத்துப் போலி பற்றியனவே. மூதறிஞர் வ.சுப.மா. தம் தொல்காப்பிய உரையில் இதை நன்கு விளக்கியுள்ளார். 'ஔவை' என்பதே பழைய

விவரம்; 'அவ்வை' பிற்பட்ட வழக்கு. எழுத்துப் போலியால் அமைந்தது. இதில் தவறொன்றுமில்லை. இதற்காகப் பழைய வடிவமே வேண்டாமெனல் தக்கதன்று.

'ஔவை' என்ற சொற்பொருளாக தாய், மூதாட்டி, பெண் துறவி, தவப்பெண் என்றெல்லாம் அகராதிகள் பொருள் கூறும். அம்மை, அவ்வை ஒரு பொருட் சொற்களே. தெலுங்கு, கன்னடம், துளு முதலிய திராவிட மொழிகளில் அவ்வா, அவ்வை, அவ்வாள் எனப் பலவாறு திரிந்து வழங்கும். அவை பிற்பட்ட எழுத்துப் போலியைப் பின்பற்றிய வழக்காறுகள்.

ஒரு பெண்ணுக்கு மரியாதை தரும் அடைமொழியாகவும் இது கன்னடத்தில் வழங்கியதை, 'திராவிட மொழிகளின் வேர்ச் சொல் அகராதி' குறிப்பிடுகிறது. ஔவையை ஆதரித்த அதிய மானது தகடூர் இன்றைய தருமபுரி என்பர். அவ்வூர் கன்னட மாநிலத்தின் எல்லையில் உளது. ''ஔவையார் கன்னட நாட்டி லும் சஞ்சரித்ததாக அந்நாட்டு விருத்தாந்தங்களால் தெரிகிற தென்பர்'' என எஸ். அனவரத விநாயகம் பிள்ளை குறிப்பிடு கின்றார்.[1] எனவே சங்ககாலத்தில் மதிப்புணர்த்தும் அடைமொழி யாகவே வழங்கியிருக்க வேண்டும். காரைக்கால் அம்மையார் என்பது போல் இன்ன ஔவையார் என இயற்பெயருடன் வழங்கி யிருக்கக்கூடிய இதில், இப்போது இயற்பெயர் மறைந்து சிறப்புணர்த்திய அடைமொழியே பெயராகி விட்டது. ஔவைப் பாட்டி என்றாலும் பாட்டுப் பாடும் பாடினி என்றாகுமே தவிர, அகவை முதிர்ச்சியைச் சுட்டாது. சங்ககாலத்தில் 'பாட்டியர்' என்றால், 'பாட்டுப் பாடும் பாடினியர்' என்பது பொருள்.

காலப்போக்கில் 'அவ்வை' என்பதற்கு அம்மை, அன்னை என்ற பொருளும் இருந்ததால், தாய், தந்தையின் தாய் அல்லது பாட்டி எனப் பொருள் நீளலாயின. பொருளுக்கேற்ப ஔவை யின் உருவமும் கற்பனை செய்யப்பட்டது. சமண சமயத்தவர் தம் சமயப் பெண் துறவியரை 'ஔவை' என அழைக்கலாயினர். நிகண்டுகள் 'அவ்வை' என்பது நோற்பவள் பெயர்; தவம் செய்யும் பெண் என்பதாகப் பொருள் கூறின. இவை யாவும் சொற்பொருள் வளர்ச்சியே.

''மணம் செய்து கொள்ளாதிருந்து பருவத்தால் முதிர்ச்சி பெற்றுத் தவக்கோலம் தாங்கி, கல்வி கேள்வி

1. நீதிநூற்றிரட்டு, 1906, பக். 18.

களில் மேம்பட்டு விளங்கிய பெண்டிரை இயற்பெயர் சுட்டாது, அவ்வை என்று வழங்கினர் போலும்''

என மு. அருணாசலம் கருதுகின்றார்.[1] இன்று ஔவை என்றதும் மதிப்பு மிக்க, முதிர்ச்சி பெற்ற தவ மகள் ஒருத்தியின் திருத் தோற்றமே கண்முன் நிற்கிறது. மேலும், ஔவையின் பெருமை இன்றளவும் நிலைபெற்று, இந்நூற்றாண்டின் மகாகவி எனப் போற்றப்படும் சி. சுப்பிரமணிய பாரதியாரின் மனத்தையும் ஈர்த்துள்ளது.

சான்றோர் மு.வ. இது பற்றிக் குறிப்பிடும் பொழுது, ''இருபதாம் நூற்றாண்டின் தொடக்கத்தில் பாரதியாரும் இவருடைய முறையைப் பின்பற்றி, இவர் நூலின் பெயரையே போற்றி, 'புதிய ஆத்திசூடி' இயற்றினார் என்றால், இவர் காட்டிய வழி எவ்வளவு போற்றப்பட்டு வந்திருக்கிறது என்பதை உணர லாம்'' என்று எழுதியுள்ளார்.[2] இன்று பாவேந்தர் பாரதிதாசன் முதல், கவிஞர் பலர் புதிய ஆத்திசூடிகளையும், ஆய்வுசூடி, தமிழ்சூடி என இன வகைகளாகவும் பாடியுள்ளனர். இதனால் ஔவையின் புதுமை படைக்கும் புலமைத் திறமும் ஆளுமை நீட்சியுமே புலனாகின்றன.

பாணர் குலம்

சங்ககால ஔவையைப் பாணர் குலமென்றே கருத நிரம்ப வாய்ப்புளது. அவர் விறலியாற்றுப்படைத் துறையில் ஒரு புறப் பாட்டைப் புனைந்துள்ளார் *(103)*. அதை அடிப்படையாக வைத்து அவரை விறலி எனக் கூறவியலாது. அது கவி மரபாகும் என்பர்.

தானை மறம் என்னும் துறையில், ஔவை அஞ்சியைப் பாடிய புறப்பாட்டில், எதிரே நிற்கும் வேந்தன் தம்மை வினவு வதாகவும் தாம் அதற்கு விடை சொல்வதாகவும் பாடியுள்ளார். தம்மை வேந்தன் 'வாணுதல் விறலி' என அழைத்து, 'நும் நாட்டில் வீரரும் உளரோ?' என வினவுவதாகக் கூறி, ''என் ஐயும் உளனே'' என்று அஞ்சியைக் கூறி முடிக்கின்றார். இதனை அத்துணை எளிதாகக் கவிமரபு என்று ஒதுக்க முடியவில்லை.

1. தமிழ் இலக்கிய வரலாறு - பன்னிரண்டாம் நூற்றாண்டு - முதல் பாகம், 1973, பக். 445.
2. தமிழ் இலக்கிய வரலாறு, 1980, ப. 181.

அதியமான் பரிசில் நீட்டித்த பொழுது 'வரிசைக்கு வருந்தும் பரிசில் வாழ்க்கை' பற்றிக் குறிப்பிடுகிறார். அவ்வாழ்க்கை பாணர், புலவர் எல்லார்க்கும் பொதுவானதாகும். அதில் 'காவி னெம் கலனே! சுருக்கினெம் கலப்பை' எனப் பாணருடன் பாடினியாகத் தாம் வாந்ததையே அவர் வெளிப்படுத்துகிறார்.

அன்று புலமையாளர் குல வேறுபாடு, தொழில் வேறு பாடு இன்றிப் பல சமுதாய மக்களிடமிருந்தும் வெளிப்பட்டுள்ள னர். குறமகள், மருத்துவன், இளம் பாலாசிரியன், குயத்தியார், கணியன் என வரும் அடைமொழிகள் வெவ்வேறு வகையான தொழில் அடிப்படைக் குலங்களிலிருந்து புலவர்கள் தோன்றி யதைக் காட்டும். ஔவையார் பாணர் குலத்தினின்றும் தோன்றி வளர்ந்த பெரும் புலவர்களுள் ஒருவராகக் காணப்படுகின்றார்.

இடைக்கால ஔவையும் நாடோடியாய், மக்களொடு கலந்து பழகிக் கூழுண்டு, குடிசையில் தங்கி வாழ்ந்தவராகவே காணப்படுகின்றார்.

ஔவைகள் பலராயினும் பொதுத் தன்மைகள் பலவற் றால், ஒருவரே என்றெண்ணும்படியான 'உருக்காட்சி' (Image) ஒன்று உருவானதற்கு, வேற்றுமையிடையே மிகுந்து காணப் பட்ட இவ்வொற்றுமைகளே அடிப்படைக் காரணங்களாகும்.

சங்ககால ஔவை பரணர், வெள்ளிவீதியாரைக் குறிப் பிடுவதுடன், பாரியின் பறம்பு மலையிலுள்ளாரைக் காக்க, கபிலர் கிளிகளைப் பழக்கி, பறம்பு மலைக்கு அப்பாலிருந்த தினைப் புனங்களிலிருந்து கதிர்களைக் கொத்தி வருமாறு பழக் கியதையும் குறித்துள்ளார். ஔவையாரை ஆதரித்த அதியமான் நெடுமான் அஞ்சி ஏழு வள்ளல்களுள் ஒருவன். குமணனைப் பாடிய பெருஞ்சித்திரனார், அதியன் முதலிய எழுவரும் மாய்ந்த பிறகு தாம் குமணனைத் தேடி வந்ததாகப் பாடுகிறார். ஔவை யார் பாண்டியன் உக்கிரப் பெருவழுதியை, பிற இரு வேந்தர் களுடனும் கண்டு வாழ்த்திப் பாடியுள்ளார். இப்பாண்டியன் அகநானூற்றைத் தொகுப்பித்தவன். கடைச் சங்கத்து இறுதியில் உக்கிரப் பெருவழுதி இருந்ததாக இறையனாராரப் பொருள் உரை கூறும். இவற்றால் சங்க ஔவை கடைச் சங்கத்தின் இறுதிக் காலத்தில் வாழ்ந்திருக்க வேண்டும் எனலாம்.

சங்ககாலம் கிறித்துவுக்குச் சில நூற்றாண்டுகள் முன்பு தொடங்கி, கிறித்துவின் தொடக்க காலம் வரை நீடித்தது என்று கோடலே சாலப் பொருத்தமுடையதாகும்.

சங்ககால ஔவையார்

காலந்தோறும் ஔவையார் புகழ் விளங்கத் தொடங்கி வைத்தவர் சங்ககால ஔவையாரே ஆவார். சோழர் கால நீதிநூல் ஔவை ஒப்பற்ற பெரும் புகழுக்கு உரியவராக விளங்கினாரெனினும், அப்பெரும் புகழைத் தோற்றுவித்தவர் சங்க ஔவையே என்பது மிகையன்று.

ஔவையின் வாக்கும் வாழ்வும் பெருமிதமுடையனவாய்க் காணப்படுகின்றன. அவர் மூவேந்தர்களை நாடி, அவர்கள் அரண்மனைகளில் தங்கி வாழ விரும்பினாரல்லர். அதியமான் நெடுமான் அஞ்சி சிறு குறுநில மன்னனேயாயினும், அவனிடம் நட்பு பூண்டு அவனது அவைக்களப் புலவராய் இறுதி வரை திகழ்ந்தனர். அவன் சேர வேந்தனொடு பொருது நின்ற காலத்திலும், அவர் தம் தலைவனுக்காகவே வீரம் செறிந்த பாடல்களைப் பாடினார். மூவேந்தரும் பல ஆண்டுகள் முற்றுகையிட்ட காலத்தும், தம் நண்பன் பாரியைப் பிரியாது நின்ற கபிலர் போலவே, ஔவையும் அஞ்சியின் உடனிருந்து அவனுடைய இறுதிக் காலம் வரை அயராது துணை நின்றார். மேலும் அஞ்சியைத் தவிர நாஞ்சில் வள்ளுவன், முடியன் போலும் சிறிய வள்ளல்களையே நாடிச் சென்று, எளிய வாழ்க்கையே வாழ்ந்துள்ளார். மனித நேயமும் பண்பாடும் போற்றிய காரணத்தால், தமிழகம் முழுவதும் ஔவையின் புகழ் பரவலாயிற்று. அன்று முதல் இன்று வரை ஔவை என்னும் பெயர் பெண் குலத்திற்கே முடிமணியாய்ச் சிறப்புற்றுத் திகழ்கிறது. அவரது புலமையும், பாட்டுத் திறமும், பண்பாடும் அவரை உலகப் பாவலர் வரிசையில் வைத்தெண்ணுமாறு அத்துணை வலுவுடனும் பொலிவுடனும் திகழ்கின்றன.

சங்கப் பாடல்கள்

ஔவையார் பாடியனவாக சங்க இலக்கியத்துள் 59 பாடல்கள் கிடைக்கின்றன. அவற்றுள் அகப் பாடல்கள் 26, புறப் பாடல்கள் 33.

பாடலால் பெயர் பெற்ற கலித்தொகை, பரிபாடலிலோ; தொகுதிப் பாடல்களடங்கிய ஐங்குறுநூறு, பதிற்றுப்பத்திலோ, நீண்ட பாடல்களடங்கிய பத்துப் பாட்டிலோ அவர்தம் பாடல் கள் காணப்படவில்லை. உதிரிப் பாடல்களின் தொகைகளாகிய குறுந்தொகை, நற்றிணை, அகநானூறு, புறநானூறு ஆகிய நான்கு தொகைகளில் மட்டுமே அவர் பாடல்கள் காணப்படு கின்றன. இது 'தனிப்பாடல் திரட்டு' நூலில் காணப்படும் ஔவையின் மனப்போக்கை ஒத்திருக்கிறது. அதாவது சங்ககால ஔவையும் அவ்வப்போது ஏற்படும் சூழ்நிலைக்கும் உணர்வும் ஏற்பப் பாடிய 'தனிப்பாடற் புலவராகவே' விளங்கினார் என அறிகிறோம்.

அகப் பாடல்களில் குறுந்தொகையில் 15, நற்றிணையில் 7, அகநானூற்றில் 4 ஆக 26. அவற்றுள்ளும் பாலைத் திணை 9, முல்லைத் திணை 5, மற்ற குறிஞ்சி மருதம் நெய்தலில் தலைக்கு 4, கூற்று வரிசைப்படி தலைவிக்கு 15, தோழிக்கு 6, தலைவனுக்கு 3, செவிலிக்கு 1, கண்டோர்க்கு 1. இப்பாடல்கள் அனைத்தும் அகச் செய்திகளை அழகாகவும் அழுத்தமாகவும் புனைகின்றன. புறப் பாடல்களில் 22 பாடல்கள் அதியமான் நெடுமான் அஞ்சியைப் பற்றியன. மூன்று பாடல்கள் அவன் மகன் பொகுட்டெழினி பற்றியன. இவை தவிர அவர் நாஞ்சில் வள்ளுவனைப் பாடியதொன்றும், மூவேந்தர்களும் ஒரு சமயம் ஒருங்கிருக்கக் கண்ட போது அவர்களை வாழ்த்திப் பாடிய தொன்றும் உள. இவை இரண்டுமே அஞ்சியல்லாத மற்றைய மன்னர்கள் பற்றியவை. ஏனைய ஆறு பாடல்களும் பொதுவான திணை, துறை அமைந்தவை. இவற்றிலிருந்து ஔவையார் அஞ்சியின் உயிர் நண்பராய், அவைக்களப் புலவராய் வாழ்நாள் முழுவதும் இருந்தாரென்பது பெறப்படும்.

திணை அடிப்படையில் பார்த்தால் வெட்சி 1, கரந்தை 2, தும்பை 6, வாகை 7, பாடாண் 13, பொதுவியல் 4. இவருடைய புறப் பாடல்கள் பெரிதும் போர்த் துறை சார்ந்தனவாகவே காணப்படுகின்றன.

இவர்தம் அகப் பாடல்கள் 26ல் 8 பாடல்களில் மட்டுமே புறச் செய்திகளைப் புகுத்தியுள்ளார். அஞ்சியைப் பற்றியே மூன்று பாடல்களிலும் முடியன் என்னும் தலைவன், வாய் மொழிக் கோசர், பசும்பூட் பொறையன் - பாரியின் பறம்பு மலை, கிள்ளி வளவனது கோவில் வெண்ணி, வெள்ளி வீதி யார், மகளிர் கார்த்திகை விளக்கு ஏற்றி விழாவயர்தல் ஆகியன பற்றி ஏனைய ஐந்து பாடல்களிலும் புறச் செய்திகள் இடம் பெறுகின்றன.

அதியமான் நெடுமான் அஞ்சி

பனம்பூ மாலையையே தனக்கும் அடையாள மாலையாக உடைய அதியர் குடியில் பிறந்தவன் நெடுமான் அஞ்சி. பெய ருக்கேற்ற நெடிய தோற்றமும் அகன்ற மார்பும் தாள்தொடு தடக்கையும் கற்பனை கடந்த உடல் வலிமையும் உடையவன் அஞ்சி. போர் விருப்பமும் விளையாட்டாகப் போரில் ஈடுபட்டு அதிலேயே திளைக்கும் பழக்கமும் எளியவர்கட்கு உதவும் ஈர நெஞ்சமும் தன்னிடமுள்ளதெல்லாம் வாரி வழங்கும் கொடை நெஞ்சமும் உடையவன். அவனிடம் மறக் குணமிக்க மழவர் படை இருந்தது. அவனது தகடூர் இன்றைய தருமபுரி ஆகும். ஆண்டுள்ள குதிரை மலையும் அவனுக்கு உரிமையுடைத்தாகும்.

அன்று தமிழகத்தில் 'ஏழு வள்ளல்கள்' என எண்ணி மக்களால் போற்றப்பட்டவர்களில் அதியனும் ஒருவனாவான். மூவேந்தர்கள் பேராற்றலுடனும் பெருங்கொடைப் பண்புடனும் திகழ்ந்தனராயினும், வள்ளல்கள் எனத் தமிழ்ப் புலவர்கள் இனங்கண்டு போற்றிய எழுவருமே குறுநிலத் தலைவர்களாக இருத்தல் சிந்தித்தற்குரியதாகும். பேகன், பாரி, காரி, ஓரி, ஆய், நள்ளி, அதியன் எனும் எழுவரும் குறுநில மன்னர்களாக இருந் தும், தங்கள் வாய்ப்பு வசதிகட்கு அப்பாற்பட்டும், கொடை மடம் பட்டு வாரி வழங்கியமையால் மக்களால் பெரிதும் போற்றப்பட்டுள்ளனர்.

சிறுபாணாற்றுப் படையில் நல்லூர் நத்தத்தனார் இவ்வேறு வள்ளல்களையும் வரிசைப்படுத்தும் போது, அதியனைக் குறிப் பிடுகிறார்.

'மால்வரைக்
கமழ்பூஞ் சாரல் கவினிய நெல்லி

அமிழ்துவிளை தீங்கனி ஔவைக்கு ஈந்த
உரவுச்சினம் கனலும் ஒளிதிகழ் நெடுவேல்
அரவுக் கடல்தானை அதிகனும்' *(99-103)*

இவ்வேழு வள்ளல்களையும், குமண வள்ளலைப் பாடும் போது பெருஞ்சித்திரனாரும் குறிப்பிடுகின்றார். அவர்,

'ஊராது ஏந்திய குதிரை, கூர்வேல்,
கூவிளங்கண்ணிக் கொடும்பூண் எழினியும்' *(புறம். 158)*

என்று அதியனை அங்கு சிறப்பிக்கின்றார். இவ்வெழுவரும் வியப்புத் தோன்றுமாறு கொடைமடம்பட்டுக் கொடுத்ததால் சிறப்பித்துச் சுட்டபட்டுள்ளனர் எனத் தெரிகிறது. நத்தத்தனார் 'மயிலுக்குப் போர்வை ஈந்த பேகன்' என்றும், 'முல்லைக்குத் தேர் ஈந்த பாரி' என்றும் இவ்வாறு குறிப்பிடுதலால் இதை அறியலாம். இவ்வகையில் அதியன் ஔவைக்குக் கிடைத்தற் கரிய நெல்லிக்கனி கொடுத்ததால் பெரும் புகழ் பெற்றான் என அறிகின்றோம்.

அவைக்களப் புலவர்

அஞ்சியின் திருவோலக்கத்தை ஔவை சிறப்பாகக் குறிப் பிடுகின்றார்.

'ஓங்குசெலல்
கடும்பகட்டு யானை நெடுமான் அஞ்சி
ஈர நெஞ்சம் ஓடிச் சேண்விளங்கத்
தேர்வீச இருக்கைபோல' *(நற். 381)*

ஆண்டு இவர் அவைக்களப் புலவராய் வாழ்நாளிற் பெரும் பகுதி கழித்தமையால் 'என் ஐ' *(என் தலைவன்)* என்றே உரிமையுடன் பாடுகின்றார்.

'முழவுத்தோள் என் ஐ' *(புறம். 88)*

'என் ஐ' *(புறம். 89)*

'என் ஐ இளையோற்கு' *(என் தலைவனின் மகனுக்கு)* *(96)* என இவ்வாறு சுட்டுமிடங்களும் இறுதியில் பாடிய கையறு நிலைப் பாடல்களும் இவர்களது நட்பின் சிறப்பைக் காட்டுகின்றன.

கொடைக் குணம்

அஞ்சியின் ஈர நெஞ்சமும் கொடைப் பண்பும் தனிச் சிறப்புடன் பேசப்படுகின்றன. மிக எளியவர்கட்கும் உதவுவது இவன் இயல்பு. அதனால் **மடவோர் மகிழ்துணை** *(புறம். 315)* என்றும், **இல்லோர் ஒக்கல் தலைவன்** *(95)* என்றும் பட்டம் சூட்டுகிறார் பாட்டுக்கு அரசியார்.

அவன் கூடுதலாக இருந்தால்தான் தான் உண்பானாம் *(315)*. மிகுதியாக இருக்கும் போது விருந்து கொடுத்து, சுருங்கிய போது இருப்பதைப் பகிர்ந்து உண்பானாம் *(95)*. தனக்குத் துன்பம் சூழ்ந்த காலத்தும் பிறரைப் போற்றுவதில் ஆர்வம் உள்ளவனாம் *(103)*. தன் வாழ்வில் ஏற்படும் மேடு பள்ளங்களைப் பொருட்படுத்தாது, பிறர்க்கு ஈவதிலும் உணவு தந்து உபசரிப்பதிலும் கருத்தாக இருந்தமையானும் ஏழை, எளியவர், எல்லோர்க்கும் எப்போதும் உதவியமையானும் இவனது புகழ் எல்லையின்றி எங்கும் பரவியது.

பாரி 'பணைகெழு வேந்தரை இறந்தும் இரவலர்க்கு ஈந்தான்' என்பதே. அவன் முடிகெழு வேந்தர் மூவருக்கும் பகையாக நேர்ந்தது. அதியனும் 'கடவர் மீதும் இரப்போர்க்கு ஈயும்' நெடுமான் அஞ்சியாகப் போற்றப்படுகின்றான் *(315)*. அண்ணல் யானை வேந்தர் பலர் இருப்பினும், அவரினும் இவனே வாடு பசி போக்கும் பாடுபெறு தோன்றலாக அறியப்பட்டான் *(390)*. இதனால் வேந்தரின் பொறாமைக்கு இவன் ஆளாயினமை புலப்படுகிறது. அதிலும் சேரர்குடிச் சிறு மன்னனாகிய இவன், அக்குடி சார்ந்த பெருநில வேந்தரினும் பெரும்புகழ் பெற்றது அச்சேர வேந்தர்க்குத் தாங்கவொண்ணாததாகி விடுகிறது.

போர் மறவன்

இங்ஙனம் எளியோர்க்கும் எளியனாய்த் திகழ்ந்த இவன் போரிடுவதில், அரியவர்க்கும் அரிய போர் மறவனாகவே திகழ்ந்தான். 'எம்முளும் உளன் ஒரு பொருநன்' என இவனை ஒரு போர் வீரனாகவே அறிமுகப்படுத்துகிறார் கவியரசியார்.

இவன் நெடுமான் *(நெடுமகன்)* எனும் பெயருக்கு ஏற்ப உயரமான தோற்றமுடையவன். 'அம் பகட்டு மார்பினையும், முழவுத் தோள்களையும்' உடையவன் *(88)*. நுண்ணிய வேலைப் பாடமைந்த ஒளிவீசும் அணிகலன்கள் அவன் மார்பிற்கிடந்து,

அசைந்து அழகு செய்தமை அடிக்கடி பேசப்படுகிறது. 'எழுமரம் கடுக்கும் தாள்தோய் தடக்கையை உடையவன்' (90).

இவன் நிகரற்ற உடல் வலியுடையவனாகத் திகழ்ந்தமை பல பாடல்களில், அழுத்தமுற ஓவியம் போலச் சித்தரித்தும் சிற்பம் போல வடித்தும் காட்டப்படுகிறது. ஒரு நாளில் எட்டுத் தேர் செய்யும் தச்சன், ஒரு மாதம் முழுவதும் மிக முயன்று செய்த ஒரே ஒரு சக்கரம் எத்துணை வலிவும் பொலிவும் உடையதாக இருக்குமோ அத்துணை வலிமையுடையவன் (87). 'வரி மணல் ஞெமர, கற்பக நடக்கும் பெருமிதப் பகடு' அன்னான் (90). 'நீர்த்துறை படியும் பெருங்களிறு போல்பவன்' (94). 'களிறு அட்டு வீழ்க்கும் ஈர்ப்புடைக் கராஅத்து' அன்னவன் (104). இத்தகைய இவன் 'போரடு திருவில் பொலந்தார் அஞ்சி' என்றே போற்றப்படுகின்றான் (91). போர் செய்து பெறும் வெற்றியாகிய வீரச் செல்வத்தை உடையவன் இவன்.

ஊர் நடுவேயுள்ள பொதுமன்றின்கண் நிற்கும் மரத்தில் தண்ணுமை ஒன்று தொங்க விடப்பட்டிருக்கிறது. அதில் எதிர் பாராது காற்று வீசுவதால், கொம்பு குச்சி ஏதேனும் பட்டு, அதனாலாம் ஓசை கேட்டாலும், போர்ப் பறைதான் முழங்கு கிறதோ என எண்ணிப் போருக்குப் புறப்படும் வீரவுணர்வுடைய தலைவன் இவன்.

'பொதுவில் தூங்கும் விசியுறு தண்ணுமை
வளிபொரு தெண்கண் கேட்பின்
அதுபோர் என்னும் தலைவன்' (89)

என ஔவை பாடுகிறார்.

ஒருவரது தோற்றத்தை ஒளிப்படமாகப் பதிவு செய்யலாம். ஒருவரது மனநிலையை, இயல்பைப் படம் போல மனத்திற்குத் தோன்றுமாறு பதிவு செய்ய முடியுமா? முடியும். சங்க இலக்கியம் அதைச் செய்கிறது.

பொருள்களுக்கு நிலையியல் ஆற்றல், இயங்கு நிலை ஆற்றல் என இரண்டு உண்டல்லவா? மலைமீது கிடக்கும் ஒரு பாறைக்கல் அங்கேயே கிடக்கும் போது, துணி துவைக்கும் கல் போல் அசையாது கிடக்கும். அதுவே கீழே உருளத் தொடங்கினால் எத்தனை சிதைவுகளை ஏற்படுத்தும்! அஞ்சிக்கும் ஓர் இயல்புண்டு. பொதுவாக இருக்கும் போது, தண்ணீர் ஓடுவது போல் இனிமையான சாயல்தான்; ஆனால், போரென்று

கேட்டுப் புறப்பட்டு விடுவானானால், காட்டுத்தீ சீற்றத்தோடு கனைத்துக் கொண்டு காடு முழுவதும் பற்றி எரிவது போல் பகைவர்களை அழித்து ஒழிப்பான்.

அக்காலத்தில் வீட்டு முன் இறப்பில் தீக்கடைகோல் *(ஞெலிகோல்)* செருகியிருக்கும். அப்போது அதன் ஆற்றல் யாராலும் சிறிதும் உணரப்படாது. அதே தீக்கடைய உதவும் மூங்கிற் கோல்களை ஒன்றுடன் ஒன்று உராய்ந்து சுழற்றினால், சத்தமிட்டுக் கொண்டு நெருப்புப் பொறிகள் வெளிப்படும். அஞ்சிக்குத் தீக்கடைக் கோலை, ஔவை உவமை சொல்வது அவரது தனிச் சிந்தனையாற்றலைக் காட்டுகிறது.

'இல்லிறைச் செரீஇய ஞெலிகோல் போலத்
தோன்றா திருக்கவும் வல்லன்; மற்றதன்
கான்றுபடு கனைஎரி போலத்
தோன்றவும் வல்லன்தான் தோன்றுங்காலே' *(புறம். 315)*

(இறை - இறப்பு; கான்றுபடு கனைஎரி - கக்கப்பட்டு ஓசையுடன் வெளிப்படும் நெருப்பு).

தோன்றாத காலத்து அமைதியுடனும், தோன்றும் போது மிகுந்த ஆற்றலுடனும் தோன்றுவான் என்ற இக்கருத்தை,

'தோன்றின் புகழொடு தோன்றுக; அஃதிலார்
தோன்றலின் தோன்றாமை நன்று' *(236)*

என்ற குறட் கருத்துடன் ஒப்பிட்டுப் பார்க்க வேண்டும். அக் குறளுக்கு இது விளக்கம் போல் உளது. முன்பு சுட்டியது போல தச்சன் செய்யும் தேர்ச் சக்கரத்தை அஞ்சியின் உடல் வலிமைக்குச் சொன்னதும் மிக அரியதோர் உவமையாகும். உருண்டு திரண்ட தோள் வலிமையைப் பொதுவாகக் கணைய மரத்தை உவமை சொல்லி விளக்குவர். ஔவையும் 'எழுமரம் கடுக்கும் தாள்தோய் தடக்கை' *(90)* என்று கூறுகிறார். ஆயினும் தேர்ச் சக்கர உவமை முற்றிலும் புதுமையுடையதாகும்.

'எம்முளும் உளனொரு பொருநன், வைகல்
எண்தேர் செய்யும் தச்சன்
திங்கள் வலித்த காலன் னோனே' *(87)*

நெல்லிக்கனி

ஔவைக்கு அதியன் ஈந்த நெல்லிக்கனி, உலகப் புகழுக்கு

உரியதாயிற்று. அதியனைப் புகழ்பெற்ற ஏழு வள்ளல்களுள் ஒருவனாக ஆக்கியதும் அந்நிகழ்ச்சியே. ஒரு முறை மலைப் பிளவுகளிடையே எளிதில் மனிதர் புகமுடியாத இடத்தில், நெல்லிக்கனி கிடைத்தது. அதனை உண்டார் நெடுநாள் வாழ்வர் என ஆண்டுள்ளோர் கூறினர். அதனைத் தான் உண்ணுதலினும் பைந்தமிழ்ப் புலமைப் பெருமாட்டியாகிய ஔவை உண்ணு தலே தக்கது; அதனால் தமிழும் தமிழரும் பெருநன்மை அடைவர் எனக் கருதிய அஞ்சி, அதனை அரண்மனைக்குக் கொண்டு வந்தான். முதலில் ஔவையிடம் அதன் சிறப்பைக் கூறாமல், 'இந்நெல்லிக்கனியை உண்ணுங்கள்' எனக் கொடுத் தான். ஔவையும் அதனை இயல்பான கனிகளுள் ஒன்றெனவே கருதி உண்டனர். பிறகுதான் அஞ்சி அதன் பெருமையைக் கூறினான். முதலிலேயே உண்மையைச் சொன்னால் ஔவை தாமுண்ணாமல் தனக்குத் தந்து வற்புறுத்தியிருப்பார் என எண்ணினான் போலும். தமிழும் தமிழ் இலக்கியமும் பண் பாடும் நிலைபெற வேண்டுமேல் அரசோச்சுவோரினும் அறிஞரே முக்கியமானவர் என உணர்த்திய, அஞ்சியின் இச் செயற்பாடுதான் ஔவையின் உள்ளத்தை நெகிழ்வித்தது. தான் நெடுநாள் வாழ்வதிலும் ஔவையே நீண்ட காலம் வாழ வேண்டுமென எண்ணிய அஞ்சியின் அன்பையும் பாசத்தையும் நற்பண்பையும் எண்ணியெண்ணி வியந்தார் அப்புலமைப் பெரு மாட்டி. உடனே அவர் உள்ளத்தினின்றும் ஒரு வாழ்த்துப்பா பிறந்தது!

'வலம்படு வாய்வாள் ஏந்தி ஒன்னார்
களம்படக் கடந்த கழல்தொடித் தடக்கை
ஆர்கலி நறவின் அதியர் கோமான்
போரடு திருவின் பொலந்தார் அஞ்சி!'

'பால்புரை பிறைநுதல் பொலிந்த சென்னி
நீலமணிமிடற்று ஒருவன் போல
மன்னுக பெரும நீயே!

'தொன்னிலைப்
பெருமலை விடரகத்து அருமிசைக் கொண்ட
சிறிஇலை நெல்லித் தீங்கனி குறியாது
ஆதல் நின்னகத்து அடக்கிச்
சாதல் நீங்க எமக்கு ஈத் தனையே' (புறம். 91)

(நறவு - மது; தொன்னிலை - பல காலமாக யாரும் உட் போயறியாத பழைய இடம்; விடர் - பள்ளத்தாக்கு, மலைப் பிளவு; ஆதல் - அதனாலாம் நன்மை; அகத்து அடக்கி - இரகசியமாக்கி மனத்துள் அடக்கிக் கொண்டு).

அதியன் அன்று அக்கனியைத் தானே உண்டிருந்தால் அந்நிகழ்ச்சி அன்றே, அக்கணமே அவனொடு மறைந்திருக்கும். 'ஆதலை உள்ளத்துள் அடக்கி' ஔவைக்குக் கொடுத்ததால், இப் பாடல்வழி அஞ்சிதான் 'சாதலை' அறியாதவனாயினான். ''தந்தது உன் தன்னைக் கொண்டது என் தன்னைச் சங்கரா ஆர்கொலோ சதுரர்?'' என்ற *(கோயில் திருப்பதிகம் 10)* மணிவாசகர் வாக்கு இங்கு ஒப்பு நோக்கத் தக்கதாகும்.

தந்தையும் தவமகனும்

தனக்கு மகன் பிறந்ததாகக் கேள்விப்பட்டதும், போர்க் களத்திலிருந்தவாறே, நேரே குழந்தை பிறந்த இடத்திற்கே வந்து, மனைவியையும் அருகே படுத்திருக்கும் பச்சிளங் குழந்தை யையும் அஞ்சி பார்க்கின்றான். தவமிருந்து பெற்ற மைந்தனாத லால், உள்ளத்துள் எவ்வளவு மகிழ்ச்சி பொங்கி, முகம் மலர்ந்து, கண்கள் கனிந்து, இனிமையாய் காணப்படும். இவனோ போருடுப்புக்களையும் கழற்றாமல் அல்லவா வந்து நிற்கிறான்?

நல்ல நேரமல்லவா? கணத்தை நழுவ விடாமல், ஓர் ஒளிப்படம் எடுத்துப் பாட்டு வடிவில் பதிவு செய்கிறார் பாவலர் பெருமகள்.

'கையது வேலே காலன புனைகழல்
மெய்யது வியரே மிடற்றது பசும்புண்'

என்று தொடங்கும் போதே, இராணுவ அணிவகுப்பு உடை யுடன் சண்டை செய்த வேகத்தோடு, வந்து நிற்கும் ஒரு பெரு வீரனை நம் கண் முன்னர்க் காட்டுகிறார் ஔவையார்.

பனம் பூமாலை, வெட்சி மாமலர், வேங்கை மலர் — இவற்றைச் சூடிக் கொண்டு, கோடுகள் வரிவரியாய்க் கிடக்கும் புலியுடன் பொருது வந்த வலிமை வாய்ந்த யானை போல, ஈன்றணிமைக் கட்டிலின் எதிரே நிற்கின்றான் அஞ்சி.

'செறுவர் நோக்கிய கண்தன்
சிறுவனை நோக்கியும் சிவப்பா னாவே' *(புறம். 100)*

பகைவர்களைச் சீற்றத்தோடு பார்த்துப் பார்த்துச் சிவந்து போன கண், இப்போது, அவன் தன் சிறுவனை நோக்கி நின்ற பொழுதும் அச்சிவப்புக் கொஞ்சங்கூடக் குறையவில்லையாம்! இக்காட்சியில் எதை அணிமைக் காட்சியில் காட்டினால், அஞ்சியின் போராற்றல் பளிச்செனப் புலனாகுமெனச் சிந்தித்து, கண் சிவப்பைக் கண்ணருகே கொண்டு வந்து காட்டுகிறார் பெருமாட்டி. இத்தகைய காட்சிப் படப்பிடிப்புக்களால் சங்கப் புலவர்கள் ஓரிரு பாடல்கள் மூலமே காலத்தில் அழியாத சிறப்பைப் பெற்று விடுகின்றனர்.

தூய தமிழ்த் தூதுவர்

நல்லிசைப் புலமை மெல்லியலாராகிய ஔவையார் கற்றவரும் மற்றவரும் போற்றிக் கற்கும்படியான பாடல்களையே பாடியுள்ளார்.

அதியமான் அஞ்சி, ஒரு முறை தன்னுடன் போர் செயப் புறப்பட்ட தொண்டைமானிடம் ஔவையைத் தூதனுப்பினான். குறுநில மன்னர்களாகிய தமக்குள் பகைமை மூளாதிருக்க, அஞ்சி காஞ்சி மன்னனிடம் தூதனுப்பினான் போலும்.

ஔவையார் தூது செல்வதற்கு வேண்டியனவாகத் திருவள்ளுவர் கூறிய பண்பு நலன்கள் யாவும் வாய்க்கப் பெற்றவர்.

'அன்பு அறிவு ஆராய்ந்த சொல்வன்மை தூதுரைப்பார்க்கு
இன்றி யமையாத மூன்று' *(682)*

'தொகச் சொல்லித் தூவாத நீக்கி நகச்சொல்லி
நன்றி பயப்பதாம் தூது' *(685)*

தொண்டைமான் ஔவையை வரவேற்றுத் தன் படைக்கலக் கொட்டிலைக் காட்டினான். பளபளவென்று ஒளிவீசும் ஆயுதங்களை அழகு செய்து, மாலை சூட்டி, அடுக்கி வைத்திருந்த காட்சியைக் கண்டதும் ஔவை அயர்ந்து போவார் எனத் தொண்டையர்கோன் எண்ணியிருக்கக் கூடும்.

''இவை மயில் தோகை மாலையெல்லாம் அணியப் பெற்று, நன்கு விளக்கி நெய் பூசி, காப்புடைய கொட்டத்தில் கண்கவருமாறு அடுக்கி வைக்கப்பட்டுள்ளன!

''ஆனால், அங்குள்ள அஞ்சியின் படைக்கலன்களோ போர்க்களத்தில் பயன்பட்டு, பகைவர்களைக் குத்தியதால்,

கொம்பும் நுனியும் சிதைந்து, கொல்லனுடைய உலைக் களத்தில் செப்பனிடப் போடப்பட்டுக் கிடக்கின்றன!

''இருந்தால் விருந்தளித்து, இல்லாவிட்டால், இருப்பதைப் பகிர்ந்துண்டு, கைப்பொருள் இல்லாத ஏழைச் சுற்றத்தின் தலைவனாக விளங்கும் அண்ணல் எம் கோமான் அஞ்சியின் கூரிய வேலின் நிலைமை அத்தகையதாகும்!'' ஔவையின் தூதுரை அவ்வளவேயாம்.

'இவ்வே
பீலி அணிந்து மாலை சூட்டிக்
கண்திரள் நோன்காழ் திருத்திநெய் யணிந்து
கடியுடை வியனக ரவ்வே!
அவ்வே
பகைவர்க் குத்திக் கோடுதுதி சிதைந்து
கொற்றுறைக் குற்றில மாதோ!

என்றும்

'உண்டாயின் பதங்கொடுத்து
இல்லாயின் உடனுண்ணும்
இல்லோர் ஒக்கல் தலைவன்
அண்ணல்எம் கோமான் வைந்நுதி வேலே' *(95)*

(நோன்காழ் - வலிய காம்புப் பகுதி; கொற்றுறைக் குற்றல் - கொல்லனது பணி செய்யுமிடமாகிய உலைக்களம்; பதம் - உணவு).

இதில் சொல்லாமற் சொல்லியவை வஞ்சப் புகழ்ச்சி ஆகும். இங்கே நம் தலைவனைப் 'பழிப்பது போலப் புகழ் கிறார்' ஔவையார். நகைச்சுவையும் கிண்டலும் உள்ளன. ''தொண்டைமானே! நீ அடிக்கடி போர் செய்து பழக்கப்பட்டவனல்லன். அதனால் படைக் கலன்களை அடுக்கி வைத்து அழகு பார்க்கிறாய்! அஞ்சிக்கோ போருடற்றுவதே வாழ்வாகும். அவனுடைய வேலும் அம்பும் வாளும் பகைவர்களைக் குத்தி, அதனால் முனை மழுங்கியும் ஒடிந்தும் போய் எப்பொழுதும் கொல்லனது உலைக் களத்தில் செப்பனிடுமாறு குவிந்து கிடக்கும்! அவ்வளவு போர்த் திறமையும் பழக்கமும் மிக்கவன் அவன். அவனுடன் வீணே பகைத்துக் கொண்டு அழியாதே!'' என அவர் திட்ப நுட்பமாகவும் திட்டவட்டமாகவும் கூறியுள்ள திறம் காலங்காலமாக அறிஞர்களால் போற்றப்படுகிறது. 'இறுதி

பயப்பினும் எஞ்சாது இறைவற்கு, உறுதி பயப்பதாம் தூது' *(690)* என்பதற்கு ஒப்ப, ஔவையின் அஞ்சாமையும் சாதுரியமும் புலமையும் இதனால் புலனாகின்றன.

திருக்கோவலூர் வெற்றி

மலையமான் திருமுடிக்காரி ஓரியின் கொல்லி மலைப் பகுதியை வென்று, சேர மன்னனுக்குக் கொடுத்தான். சேரன் பெருஞ்சேரல் இரும்பொறையுடன் பகைமை கொண்டிருந்த அதியமான் அஞ்சி இதனால் ஆத்திரப்பட்டு, அம்மலையமானது திருக்கோவலூர் மீது படையெடுத்து, அம்மன்னனை வென்று அவ்வூரை அழித்தான். மலையமான் சேரலுக்குத் துணை போவான் என எண்ணி முன்கூட்டியே அவனை வென்று ஒழித்தான்.

அஞ்சியின் முன்னோர் பல சிறப்புக்களை உடையவர்கள் ஆவர். முன்னோரைப் பேணித் தேவர்கட்கு ஆவுதி அருத்தினார்கள். வெளிநாட்டிலிருந்து கரும்புப் பயிரைத் தமிழகத்திற்குக் கொண்டு வந்தார்கள். நிலவுலகையே வளைத்து ஆண்டார்கள்.

அவனுடைய முன்னோர் பனம் பூமாலை அணிந்து, ஏழு மன்னர்களை வென்றதற்கு அடையாளமாக 'ஏழிலாஞ்சனை' எனும் இலச்சினை பொறித்த சின்னத்தை உடையவர்கள். அதனை உடைய அரச உரிமையைப் பெற்ற அஞ்சி, தானும் ஏழு மன்னர்களோடு போரிட்டு வெற்றி கொண்டான். அதைப் பாட வந்த ஔவை, ''அன்றும் அஞ்சி தன்னைப் பாடுவார்க்குப் பாட அரியவனாய் மிக உயர்ந்து நின்றான். இன்றும், பகை மிகுந்த கோவலூரை அழித்த, அவனது தோளை, பரணன் எனும் பெரும்புலவன் தனது நாவன்மையால் புகழ்ந்து பாடினான்.'' *(மற்றவர்களால் பாடுதல் அரிதாகியிருக்கும் என்பதாம்)* என்று புகழ்ந்துரைத்தார்.

'அரும்பெறல் மரபின் கரும்பு இவண்தந்தும்' *(99)* என இங்கும், 'அந்தரத்து அரும்பெறல் அமிழ்தம் அன்ன, கரும்பு இவண் தந்தோன் பெரும் பிறங்கடை *(வழித்தோன்றல்) (392)* என்று பிறகும் அஞ்சியின் முன்னோர் தமிழகத்திற்குக் கரும்புப் பயிரைக் கொணர்ந்த செய்தி, ஔவையார் பாடல்களால் மட்டுமே அறியப்படுகிறது. இதனை 'விண்ணுலகத்திலிருந்து கரும்பு கொணர்ந்ததாக' உரையாசிரியர்கள் எழுதியுள்ளனர். மொரீசியசு

போலும் தீவுகளிலிருந்து, நெடுஞ்சேய்மை சென்று கரும்பு கொண்டு வந்ததையே இவ்வாறு கற்பனை செய்துள்ளனர். 'அன்றம் பாடுநர்க்கு அரியை, இன்றும் பரணன் பாடினன் மற்கொல்!' எனப் பரணர் பாடியதை வியப்பாகவும் பெருமை யாகவும் குறிப்பிடுதல் கருதற்பாலது. நம் போலும் புலவர்களை இவர் மதிப்போடும் அன்போடும் கருதுதல் இதனால் உணரப்படுகிறது.

சேர வேந்தனுடன் போர்

சேரமான் பெருஞ்சேரல் இரும்பொறைக்கும் அஞ்சிக்கும் இடையே பகைமை புகைந்து கொண்டே இருந்தது. சேரனின் நண்பனான மலையமான் திருமுடிக்காரி என்பானும் ஏழு வள்ளல்களுள் ஒருவனே. பெருவீரன் என்பது மட்டுமின்றி, அவன் படைத் துணையாக யார் பக்கம் சென்றாலும் அவர்களே வெற்றி பெறுவர். இதனால் அவனைத் தத்தம் பக்கம் அழைத்துக் கொள்ள வேந்தர்களிடையே கடும் போட்டி இருந் தது. இக்காரி, ஓரியைக் கொன்று கொல்லி மலையைச் சேர னுக்குத் தந்ததால், சமயம் பார்த்து, காரியினது கோவலூர் மீது படையெடுத்து அஞ்சி அவ்வூரை அழித்து விட்டான். இதைக் கண்ட பெருஞ்சேரல் இரும்பொறை, அஞ்சி மீது கடுஞ் சினம் கொண்டு, தகடூர் மீது படையெடுத்தான். இவர்களது போர் நெடு நாட்கள் நடந்ததாகத் தெரிகிறது. இரும்பொறை தகடூரைச் சுற்றி வளைத்துக் கொண்டாலும், அஞ்சியை நெருங்க முடிய வில்லை.

ஓரி, காரி, அதியன் மூவரும் ஏழு வள்ளல்களாகப் புகழ் பெற்றவர்களுள் மூவரேயாயினும், இங்ஙனம் உட்பூசலால் ஒரு வரை ஒருவர் அழித்தும் ஆபத்தில் சிக்கிக் கொண்டும் அல்லற் பட்டுள்ளனர். அன்று இவர்கள் அனைவரும் தம்முள் ஒற்றுமை யின்றித் தமிழகம் சீர்குலையத் தொடங்கிய வரலாற்றைத்தான் சங்க இலக்கியம் காட்டுகிறது.

போர் என்பது சிலருக்கு அக்காலத்தில் வாழ்வின் ஒரு பகுதியாகவும் சிலருக்குப் போரே வாழ்வாகவும் அமைந் திருந்தன. அதனால் ஒரு மாவீரனை அவனது வீரத்தைப் பாராட்டியும், அவன் வெற்றியைச் சிறப்பித்தும், அவன் தோற்று மடியின் இரங்கியும் பாடினரேயன்றி, வென்று அழித்தவனைத்

திட்டியோ, வசை கூறியோ பாடும் வழக்காறு இல்லை. ஔவை யாரும் தகடூரை முற்றுகையிட்ட பெருஞ்சேரலைப் பெயர் குறித்து யாண்டும் பாடாமல், பொதுப்படப் பகைப் படை களைப் பார்த்து, ''எம் தலைவனுடன் போர் செய்ய முந்தாதீர்; என் சொல்லைக் கேட்காது முந்தினால் அழிந்து போவீர்!'' என்று இவ்வாறு பல பாடல்களில் எச்சரிக்கை செய்கின்றார்.

உறுதி மாறா நட்பு

பகைவர்க்கு விழப்புணர்த்தும் அஞ்சா நெஞ்சம்

என்றும் தம் தலைவனாகிய அஞ்சி பக்கமே நின்று, அவன் உயர்விலும் தாழ்விலும் துணை நின்றவர் ஔவையார். பெரு வேந்தர்களாயிற்றே என்று, அவர் எதிரிகளுடன் இசைந்தோ, பணிந்தோ போனதில்லை. அஃதொரு பெருமிதமான வாழ்வு. பாரியுடன் இணைந்து இறுதி வரை நின்ற கபிலர் பெருமானின் நட்புப் போன்றது அது.

ஔவையார் அஞ்சியிடம் ஒரு குழந்தை போல் பழகி யிருக்கிறார். தொடக்க காலத்திற் போலும்; அஞ்சி கொடை வழங்கக் காலந்தாழ்த்துகின்றான். பாட்டரசியார் சீற்றம் எல்லை கடக்கிறது. சங்கப் புலவராகிய அவர் தமது பெருமிதம் தோன்றப் பேசுகிறார். அஞ்சியின் அரண்மனை வாயில் காப் போனை விளித்துத் தொடங்கும் அப்பாடல், அக்காலத் தமிழ்ப் புலவர்களின் 'அண்ணாந்து ஏந்திய செம்மலை' விளக்குகிறது.

'வாயி லோயே வாயி லோயே!
வள்ளியோர் செவிமுதல் வயங்மொழி வித்தித்தாம்
உள்ளியது முடிக்கும் உரனுடை உள்ளத்து
வரிசைக்கு வருந்துமிப் பரிசில் வாழ்க்கைப்
பரிசிலர்க்கு அடையா வாயிலோயே!'

தமது அறிவாண்மையால், வள்ளல்களின் செவிகளில் தமது சிறந்த வாய்மொழிகளை விதைத்து, தாம் நினைத்ததை நினைத்தவாறே அறுவடை செய்து விடும் வலிய நெஞ்சம் படைத்தவர்களாம் புலவர்கள். ஆம், தாம் நினைத்ததை விளை விக்கும் சொல்லேருழவர்கள் இவர்கள்! இவர்களுக்குத் தம் புலமைச் சிறப்பறிந்து பிறர் போற்ற வேண்டும். அதற்கே இவர்கள் விரும்பி அடைய வேண்டுமென வருந்தி முயல்

வார்கள். உலகில் பிறந்த கலைஞர், யாவரேயாயினும் இம்மன நிலையே மேலோங்கி நிற்கக் காணலாம்.

'கடுமான் தோன்றல் நெடுமான் அஞ்சி
தன்அறி யலன்கொல்? என்அறி யலன்கொல்?
அறிவும் புகழும் உடையோர் மாய்ந்தென
வறுந்தலை உலகமும் அன்றோ?

அதனால்
காவினெம் கலனே! கருக்கினெம் கலப்பை!
மரங்கொல் தச்சன் கைவல் சிறாஅர்
மழுவுடைக் காட்டகத் தற்றே
எத்திசைச் செலினும் அத்திசைச் சோறே' (206)

சீற்றத்தோடு வரும் பேச்சு நடை, அப்படியே பாட்டுச் சித்திரமாவதைப் படித்துப் படித்துப் பார்க்க வேண்டும். பொருள் சொல்லிப் பயனில்லை. விறகு வெட்டி, கோடரியைத் தோளில் போட்டுக் கொண்டு அடர்ந்த காட்டுக்குள் போனால், அவனுக்கு மரத்துக்கா பஞ்சம்? 'எத்திசைச் செலினும் அத்திசைச் சோறே!' ஆம், ஒருவர் தயவில் மட்டுமா உலகம் வாழ்கிறது?

இவ்வாறு பிணக்கத்தோடு தொடங்கிய நட்பு, பிறகு எப்படியெல்லாம் மாறி, உறுதிப்படுகிறது! அஞ்சி காலந்தாழ்த் தியது, தம்மை அவனருகே மேலும் சில நாள் தங்க வைத்தற் பொருட்டே எனவும், அவன் இரவலர்க்குப் பரிசில் நல்குவது உறுதி எனவும் கண்ட அவர், அவனை மனமார வாழ்த்திப் பிறி தொரு முறை பாடுகிறார்.

'ஒருநாட் செல்லலம் இருநாட் செல்லலம்
பலநாள் பயின்று பலரொடு செல்லினும்
தலைநாள் போன்ற விருப்பினன் மாதோ!
இழைஅணி யானை இயல்தேர் அஞ்சி
அதியமான் பரிசில் பெறூஉம் காலம்
நீட்டினும் நீட்டா தாயினும்

களிறுதன்
கோட்டிடை வைத்த கவளம் போலக்
கையகத் ததுவது பொய்யா காதே!
அருந்தே மாந்த நெஞ்சம்
வருந்த வேண்டா வாழ்கவன் தாளே' (101)

தம் நெஞ்சம் அவசரப்பட்டுப் பரிசிலுக்கு ஏக்கமுற்று, ஏதேதோ கருதி விட்டதற்காக வருந்துகிறார் ஔவையார். அருந்த ஏமாந்த - பரிசிலுக்கு ஆசையால் ஏக்கமுற்று. பரிசில் தருகிற காலம் நீட்டித்தாலும் நீட்டா விட்டாலும் பரிசில் கிடைப்பதென்னவோ உறுதி. யானைக்குக் கவள உணவை உருட்டிப் பாகன் போடும் போது, யானை ஆவென வாயைத் திறந்து, ஒரு பருக்கை சிதறாமல் ஏற்றுக் கொள்ளுமாம். பரிசிலும் சிந்தாமல் சிதறாமல் வேண்டியதனைத்தும் முழுமை யாகக் கிடைக்கும் என்பதற்கு எவ்வளவு நுட்பமான உவமை கூறுகிறார் பாருங்கள்! ஔவை பாடல்களாக இன்று கிடைக்கும் 59 சங்கப் பாடல்களில் மட்டும் இடம் பெறும் உவமைகளைப் பல கோணத்தில் ஆராய்ந்தாலே அப்பெருமாட்டியின் புலமைத் திறமும் அன்றைய சமுதாய நடைமுறைகளும் இனிது விளங்கும்.

அன்று தொட்டு ஔவை அதியமானிடம் ஒரு குழந்தை போலப் பழகியிருக்கிறார். அவனுடைய அருள் மழையில் நனைந்திருக்கிறார். இத்துணைப் பெரியவராகிய அவர், தமது அகவை முதிர்ந்த காலத்தேதான் தகடூர் சென்றார் போலும்! அதியமான் அஞ்சி நெல்லிக்கனியைத் தான் உண்ணாமல், ஔவைக்குக் கொடுக்க நினைத்ததற்கும் ஔவையின் அகவை முதிர்ச்சியே காரணமாதல் வேண்டும். ஏனெனில், அவர் மேலும் பல நாள் வாழ வேண்டுமென்ற எண்ணத்தை அவரது அகவை முதிர்ச்சியும் தளர்ச்சியுமே அவனுள் ஏற்படுத்தியிருக்கும். அவர் குடும்ப வாழ்வில் மிகவும் அல்லற்பட்டு, உழன்று, அமைதி தேடியே அங்கு சென்றிருக்க வேண்டும். தம்மை மிகுந்த அருள் உள்ளத்தோடு இரக்கங்காட்டி ஆதரித்த அப்பெருவள்ளலை, இப் புலமைப் பெருமாட்டி மிக எளிமை தோன்ற, தம்மை ஒரு குழந்தை போல் பாவித்து ஒரு பாடல் பாடியுள்ளார். பல கோட்டைகளை வெற்றி கொண்ட நெடுமான் அஞ்சி நமக்கு அருள் செய்ததாலேதான் அவர்தம் வாய்ச் சொற்கள் மிக்க சிறப்புடையனவாயினவாம்!

குழந்தைகள் மழலைப் பேச்சில் என்ன இருக்கிறது? அவை யாழிசையை ஒத்தனவா? காலத்தொடு பொருந்திய கருத் துள்ளனவா? பொருள் விளங்குவனவா? அல்லவே. ஆயினும் தந்தையிடம் அவை மிக இனிமையும் பொருளுமுடையன போல் போற்றப்படுவதற்குக் காரணம் என்ன? தந்தையரின் பற்றும் பாசமும் தானே அதற்குக் காரணம்!

'என் வாய்ச் சொல்லும் அஞ்சியிடம் அத்தகையனவே' என்று கூறுகிறார் ஔவை:

'யாழொடும் கொள்ளா பொழுதோடும் புணரா
பொருளறி வாரா வாயினும் தந்தையர்க்கு
அருள்வந் தனவால் புதல்வர்தம் மழலை
என்வாய்ச் சொல்லும் அன்ன

ஒன்னார்
கடிமதில் அரண்பல கடந்த
நெடுமான் அஞ்சி நீ அருளன் மாறே' *(92)*

மாணிக்கவாசகர் தம் வார்த்தை இறைவனைப் பற்றிய தாதலால், 'மணி வார்த்தை' ஆகிறது என்பார். ஔவையார் அதியமான் மதிப்பதால்தான், தம் சொற்கள் பொருளும் இனிமையும் உடையனவாகின்றன என்று கூறுகிறார். இக்கருத் தினை ஒட்டியதாக ஒரு திருக்குறள் நம் நினைவிலோடுகிறது.

'குழல்இனிது யாழ்இனிது என்பதம் மக்கள்
மழலைச்சொல் கேளா தவர்' *(66)*

இத்தகைய அன்புக்கும் ஆதரவுக்கும் பாத்திரமான ஔவை யார், தகடூர் எதிரிப் படைகள் சூழ்ந்த போது வெகுண் டெழுந்தார். அஞ்சிக்குப் பாண்டியனும் சோழனும் உதவிப் படை அனுப்பினர் என்றே தெரிகிறது. இருப்பினும் தகடூர் முற்றுகை நீடிக்கிறது.

'களம்புகல் ஓம்புமின் தெவ்விர் போரெதிர்ந்து' *(87)*; 'யாவிராயினும் கூழைதார் கொண்டு, யாம் பொருதும் என்றால் ஓம்புமின்' *(88)* எனத் திரும்பத் திரும்ப எச்சரிக்கை செய்கிறார், ஔவையார். அவனொடு பகைத்ததால் பல நாடுகள் முன்பு பாழாயினதையும், பல மன்னர்கள் அழிந்து போனதையும் நினைப்பூட்டுகிறார். அவனுடன் பகைத்தோர் உய்தல் அரிது. 'பொருநரும் உளரோநும் அகன் தலை நாட்டு என, வினவ லானாப் பொருபடை வேந்தே!' என விளித்து, இவர் அஞ்சியின் வீரத்தை எடுத்துரைக்கிறார் *(89)*. இப்பாடலில் 'வேந்தே' என அழைத்திருப்பதால், இது முற்றுகையிட்டிருந்த சேர வேந்த னிடம் ஔவை தூது சென்று சொல்லியதாகவே இருத்தல் வேண்டுமென ஆ. பூவராகம் பிள்ளை கருதுகிறார்.[1]

1. புலவர் பெருமை, சென்னை, 1949, பக். 41.

அஞ்சிக்கு ஊக்கமூட்டுதல்

நன்றி மறவா நெஞ்சினராகிய ஔவையார், போர் கடுமையுற்ற பொழுது, அவனுக்கு ஊக்கவுரைகள் சொல்லி மனந் தளராமல் போர் செய்யத் தூண்டுகிறார். 'புலிக்குச் சினம் வந்தால் எதிர்த்து நிற்கும் மான் கூட்டம் உண்டா? ஞாயிறு பொங்கியெழுந்தால் இருள் இருக்குமா? பெருமிதப் பகடு *(காளை)* மூக்கூன்றியும், தாள் தவழ்ந்தும் முயன்றால், எந்தத் துறையிலும் ஏறி விடாதோ? மழவர் படைக்குத் தலைவனே! எதிர்த்து நிற்குகம் பொருநரும் உளரோ நீ களம் புகினே?'' *(90)* என்று வினவுகின்றார். எதிரே எண்ணிக்கையில் மிகப் பெரிய படை சூழ்ந்து கொண்டு நின்றதால் திகைத்த அதியனை இங்ஙனம் ஊக்கப்படுத்துகிறார், ஔவையார்.

அஞ்சியின் படை மறவர்களையும் ஔவையார் உற்சாகமூட்டுகிறார். அஞ்சியின் கவசம் போல நின்று காக்கும் வீரர்களைக் 'குடிநிலையுரைத்தல்' என்ற துறையில் பாராட்டிப் பாடுகிறார் *(290)*. ஒரு போர் வீரனைப் பற்றி 'உவகைக் கலுழ்ச்சி'த் துறையில் இவர் பாடியுள்ளது கருத்தை ஈர்க்கிறது. கூட்டமாய் வந்த படையைத் தடுத்து, அப்படைக் கூட்டத்திடையே அகப்பட்டு, வெட்டுண்டு சிதைந்து போன தன் மகனது உடலைக் கண்ட தாய்க்கு, அவள் அகவை முதிர்ந்தவளேயாயினும் அன்பாலும் பெற்ற பாசத்தாலும் 'வாடுமுலை ஊறிச் சுரந்தன' என்று பாடுகிறார் *(311)*.

'ஈன்ற பொழுதிற் பெரிதுவக்கும் தன்மகனைச்
சான்றோன் எனக்கேட்ட தாய்'. *(69)*

அல்லவா? அதியமான் நெடுமான் அஞ்சி கடும் போர் செய்தும் பயனில்லை. பகைப் படைப் பெருக்குமே காரணம். அவன் உடம்பெல்லாம் புண்பட்ட நிலையிலும், பின்வாங்காது போர் உடற்றினான். அப்போதும் அஞ்சியின் மனம் தளராது இருக்கப் பாடுகிறார், ஔவை. ''பெருந்தகையே! உன்னை எதிர்த்து வந்த பெருமையிழந்த மன்னர்கள் புறமுதுகிட்டோடித் தப்பித்தால், நோய்வாய்ப்பட்டு அவருடல் அழிய நேரும். நீ அதற்கு விடுவதில்லை. சுற்றி வளைந்து வெட்டிச் சாய்ப்பாய்! அதனால் அவர்களை அருகம்புல்லிலே கிடத்தி, 'வீரர் செல்லும் துறக்கத்திற்கு நீரும் செல்க' என வாளால் வெட்டப்படுதலைத் தவிர்த்தனர். அவ்வாறு யானைப் படையையும் அழித்து, நீ

விழுப்புண் பட்டு நிற்கின்றாய்! நீ புண்பட்டதாலன்றோ அவர் களுக்கு வீர சொர்க்கம் கிடைத்தது!'' - இவ்வாறு ஔவை புண் பட்ட நிலையிலும் அஞ்சியைப் புகழ்ந்து ஊக்கமுறச் செய்கின் றார். 'பலர் குறை தீர்த்த மலர்தார் அண்ணலுக்குக் கடைசி நேரத்தில் ஒருவருமில்லாத நிலை' வந்ததையும் சுட்டிக் கூறி, வருந்திப் பாடுகிறார் *(311)* அவர். படையெல்லாம் அழிந்து, தனித்து நின்றும் போரிட்டான் போலும்!

இங்ஙனம் மிகுதியான யானைப் படைகளையும் படைப் பெருக்கத்தையும் உடையவனான பெருஞ்சேரலிரும்பொறை, தகடூரை அழித்து அஞ்சியை வெற்றி கொண்ட செய்தியைப் பதிற்றுப் பத்து எட்டாம் பத்தாலும் அறிகிறோம்.

கண்ணீரில் மலர்ந்த கவிதை

அஞ்சி இறந்த போது, கண்ணீர் ஆறாகப் பெருக, ஔவை பாடிய கையறு நிலைப் பாடல்கள் மூன்று புறநானூற்றில் காணப்படுகின்றன.

அவன் உடல் எரியூட்டப்படுகிறது. நெருப்புக் கூவிக் கூவி மேலெழுந்து எரிகிறது. ஔவை அதைப் பார்த்து நெஞ்சம் வெந்து பாடுகிறார். ''இந் ஈமத்தீ சற்றே குறைவாக உடம்போடு ஒட்டி எரிந்தாலும் எரியட்டும்! அல்லது ஆகாயமே அளாவ மேலே நீண்டு எரிந்தாலும் எரியட்டும்! எவ்வாறாயினும் திங்க ளனைய வெண் கொற்றக் குடையின் கீழ் ஞாயிறு போலிருந்து அரசாண்டவனுடைய புகழை எரிக்க இதனால் முடியாது!'' என்று சொல்லும் போது திங்களையும் ஞாயிற்றையும் நெருப்பு என்ன செய்ய முடியும் எனவும் பூதவுடலை எரிக்கலாம், புகழுடலை எரிக்க முடியுமா எனவும் அவர் கேட்கும் கேள்விகள் நம் நெஞ்சையும் துளைக்கின்றன *(231)*.

தாமும் அஞ்சியுடன் போயிருக்க வேண்டுமென ஒரு பாடலில் அரற்றுகிறார், ஔவையார். ''இல்லாகியரோ காலை மாலை; அல்லாகியர் யான் வாழும் நாளே!'' அழுகையுணர்வு அவ்வாறே பாட்டாவதைப் பார்க்கிறோம். அகமாயினும் புற மாயினும், உணர்வு தோற்றியவாறே பாடலமைப்பும் உரு வாவதை, இக் கையறுநிலைப் பாடல்கள் நன்கு காட்டுகின்றன. 'சிறியகட் பெறினே' என அடுத்து வரும் பாடல், ஒப்பாரி யாகவே உருவாகிறது. இணைக் குறளாசிரியம், வஞ்சியடியும்

இடைந்த ஆசிரியம் என்பன எல்லாம் யாப்பு வடிவமென, இலக்கணிகள் விளக்குவன. சங்கப் புலவன் உணர்வையே பாட்டாக வடிப்பதால், ஒரே ஆசிரியம் நூறு நடை வேறுபாடு களுடன் வெளிப்படுகிறது. புதுக் கவிஞர்கள் இலக்கணத்திற்குக் கட்டுப்படாதே என முழங்குவர். சங்கப் பாக்களும் இலக்கணத் திற்குக் கட்டுப்பட்டு, அதன் வழிப் பாடலாகப் பரிணமிக்க வில்லை. பாடல்கள் கருத்து வழிப்பட்ட வடிவினவாகவே உருவாயின. பாடற் கருத்து அல்லது உணர்வுக்கும் பாடலின் வடிவிற்கும், பண்ணுக்கும் பாட்டுக்குமுள்ளது போன்ற உறவு இருந்தது. அந்த உணர்வே பாடலுக்கு வடிவமைப்பைத் தந்தது.

''மது சிறிதளவே இருந்தால் எமக்குத் தந்து விடுவான்! கூடுதலாக இருந்தால் முதலில் நாங்கள் உண்டு பாடப் பிறகு தான் மகிழ்ந்து உண்பான்! ஐயோ அந்த இன்ப நாட்கள் போயினவே!

''சிறிய விருந்தாயினும் பல உணவுக் கலங்கள் வரிசையாக இருக்கும்! பெரிய விருந்தாயினும் பல கலங்கள் வரிசையாக இருக்கும்! புலாலுணவு விருந்துகளை எமக்குத் தந்து, அம்பும் வேலும் தைக்கும் போர் முனைகளில் எல்லாம் அவன் போய் நிற்பானே! அந்த இன்ப வாழ்வுகள் அற்றுப் போயினவே!

''என் தலையை நரந்தம் மணக்கும் கையால் வருடிக் கொடுப்பான். அவன் மார்பில் ஊடுருவிய வேல், பாணர் கையில் இருந்த மண்டைப் பாத்திரத்தில் ஊடுருவி, இரப்போர் கையுள் உருவி, புரக்கப்படுவோர் கண்களில் நீர் நிறைந்து பார்வையை மறைக்க, அஞ்சொல் நுண்தேர்ச்சிப் புலவர் நாவில் போய்த் தைத்து நின்றது.

ஆசாகு எந்தை இப்போது எங்கே இருக்கின்றானோ? *(ஆசு - பற்றுக் கோடு)* இனி இவ்வுலகில் பாடுவோருமில்லை; பாடுவோர்க்கு ஒன்று ஈவோருமில்லை!

பகன்றைப் பூ சூடப்படாமலே வாடியுதிர்வது போல, பிறர்க்கு ஒன்று ஈயாமலே மாயும் உயிர்கள் இவ்வுலகில் நிரம்ப வுள்ளன! *(ஈயும் அஞ்சி மறைந்தனனே!)*''

— ஆசிரியப் பாவே ஒப்பாரி வைப்பதைப் பாட்டைப் படிப்போர் ஒவ்வொருவரும் இன்றும் உணர்கின்றனர். இணைக் குறளாசிரியம் என்பதை விட இதை 'ஒப்பாரி ஆசிரியம்' என்றால் மிகவும் பொருந்தும்.

'சிறியகட் பெறினே எமக்கீயும் மன்னே!
பெரியகட் பெறினே
யாம்பாடத் தான்மகிழ்ந்து உண்ணும் மன்னே!
சிறுசோற் றானும் நனிபல கலத்தன் மன்னே!
பெருஞ்சோற்றானும் நனிபல கலத்தன் மன்னே!

என்பொடு தடிபடு வழியெல்லாம் எமக்கீயும்மன்னே!
அம்பொடு வேல்நுழை வழியெல்லாம் தான்நிற்கும் மன்னே!

நரந்தம் நாறும் தன்கையால்
புலவு நாறும் என்தலை தைவரும் மன்னே!

அருந்தலை இரும்பாணர் அகன்மண்டைத் துளைஉரீஇ
இரப்போர் கையுளும் போகிப்

புரப்போர் புன்கண் பாவை சோர
அஞ்சொல்நுண் தேர்ச்சிப் புலவர் நாவில்
சென்றுவீழ்ந் தன்று அவன்
அருநிறத்து இயங்கிய வேலே

ஆசாகு எந்தை யாண்டுளன் கொல்லோ
இனிப்
பாடுநரும் இல்லை; பாடுநர்க்கு ஒன்று ஈகுநரும் இல்லை!

பனித்துறைப் பகன்றை நறைக்கொள் மாமலர்
சூடாது வைகியாங்குப் பிறர்க்குஒன்று
ஈயாது வீயும் உயிர்தவப் பலவே' (235)

நாம் ஒருவரை இழந்த போது, பழைய நினைவுகள் மனத் திரையில் ஓடி, நம் துக்கத்தை அதிகப்படுத்துமல்லவா? ஔவை யின் அப்போதைய மனநிலை, அப்படியே சொல்லாற் பிடித்து ஒளிப்படமாகியிருக்கிறது. இதில் புனைவியல் ஏதும் இல்லை; நடப்பியலாய்த் துக்கத்தை அப்படியே வெளிப்படுத்துகிறது. பாணர் கையிலுள்ள பாத்திரம் தொட்டு, புலவர் நா வரை சென்று, அஞ்சி மார்பில் பாய்ந்த அம்பு ஊடுருவியதாகச் சொல் வதில்கூட எவ்வளவு உண்மை இருக்கிறது. அந்த உண்மையைத் தானே, இக்கற்பனை அழுத்தமாய்ச் சொல்கிறது?

பொகுட்டெழினி

அஞ்சியின் மகன் பொகுட்டெழினியை ஔவை பாடியன வாகவும் மூன்று பாடல்கள் புறநானூற்றில் காணப்படுகின்றன.

அஞ்சி போலவே அவனும் பேராற்றலும் கொடைத் திறனும் மிக்கவனாகத் திகழ்ந்துள்ளான்.

உமணர்கள் உப்பேற்றிய வண்டிகளை ஓட்டிக் கொண்டு, நெடுஞ்சேய்மைக்குச் செல்வார்கள். எருதுகள் இளமையாய் இருந்து, பண்டம் மிகக் கூடுதலாக ஏற்றி பள்ளம் மேடுகளில் வண்டியை ஓட்டிப் போகும் பொழுது எதுவும் நேரலாம் தானே? அதனால் உமணர்கள் தம் வண்டிகளில் அச்சு மரத் திற்குக் கீழே வேறு ஒரு சேம அச்சினைக் கட்டி எடுத்துக் கொண்டு செல்வார்களாம். பொகுட்டெழினி தன் தந்தை எழினிக்கு *(அஞ்சிக்கு)* அத்தகையவனாக விளங்குகின்றான் என்று மிக அரிய நுட்பமான உவமை ஒன்றைத் தேடிப் பிடித்துச் சொல்கிற ஔவையின் புலமையும் பட்டறிவும் நம்மை வியக்க வைக் கின்றன. 'உமணர் கீழ் மரத்து யாத்த **சேமவச்சு** அன்ன நெடி யோய்' *(102)* என்பது அவர் வாக்கு. இன்று காருக்குச் சேமச் சக்கரம் (Stepney) தேவைப்படுவதை இது நினைவூட்டுகிறது.

நாஞ்சில் வள்ளுவன்

அஞ்சியைத் தவிர நாஞ்சில் வள்ளுவன் என்னும் குறு நிலத் தலைவனை மட்டுமே ஔவையார் பாடியுள்ளார். தாம் உண்ண விரும்பிய அடகு *(கீரை)* உணவுக்குத் துணையாகச் சிறிது அரிசி வேண்டிய பொழுது, நாஞ்சிற் பொருநன் மிகப் பெரிய யானையைப் பரிசளித்தானாம். 'அவன் என்னை நினை யாமல், தன்னை நினைத்துக் கொண்டு இதைச் செய்துள்ளான்' என வியந்தும் 'பெரியோர்களிடம் இத்தகைய கொடை மடமும் உண்டு போலும்' எனப் புகழ்ந்தும் பாடுகின்றார் ஔவையார் *(140)*.

மூவேந்தர்

மூவேந்தர்களைத் தனித்து, நேர்நின்று இரந்து புகழ்ந்து பாடாத ஔவையார், ஒரு முறை சேரமான் மாரிவெண்கோவும், பாண்டியன் கானப்பேரெயில் தந்த உக்கிரப் பெருவழுதியும், சோழன் இராசசூயம் வேட்ட பெருநற்கிள்ளியும் ஒன்றாக ஓரிடத் தில் இருக்கக் கண்டு, அவர்களது ஒற்றுமையைப் பாராட்டி வாழ்த்தி ஒரு பாடல் பாடியுள்ளார் *(367)*.

தமிழக வேந்தர்கள் ஒருவருக்கொருவர் பொறாமையும் பூசலும் கொண்டு போர் நிகழ்த்தி அழிந்தது, அவருக்கு மிக வருத்தத்தைத் தந்திருக்கிறது.

மூவேந்தர்கள் ஒவ்வொருவரே சேர, சோழ, பாண்டிய நாடுகளை ஆண்டனர் என்பது மிக அரிதாகவே நடந்தது; ஒரே சமயத்தில் தாயத்தார் பலர் நாட்டின் பல பகுதிகளை ஆள்வது என்பது பெருவழக்காக இருந்துள்ளது.

இம்மூவேந்தர் தவிரப் பிறர் சிலர் தம்முள் பகைமை பாராட்டிப் பிரிந்திருக்கலாம். இவர்கள் மட்டுமாவது ஒற்றுமை யாய் இருந்தது, அவருக்கு மன ஆறுதலைத் தந்தது.

அந்தணர் வளர்க்கும் முத்தீப் போல, இம்மூவரும் காட்சி க்கு இனிமை தரக் கூடியிருந்தது கண்டு ஔவை மட்டில்லா மகிழ்ச்சி அடைந்தார். அதனால் அவர்கட்குப் பல அறிவுரை களையும் கூறி வாழ்த்துகின்றார்.

'நம் வாழ்க்கை மிகக் குறுகியது;
எல்லை வரையறுக்கப்பட்டது.
இதை நாம் இன்பத்தோடு வாழ வேண்டும்'

துறக்கவுலகை நாம் விரும்பினாலும் அது முன்பு தவம் செய்தவர்கட்கே இப்போது கிடைக்கும்.

'வீணாக எல்லாவற்றிற்கும் ஆசைப்பட்டுப் பயனில்லை.
இரந்துநிற்கும் பார்ப்பார்க்கு
அவர் கைநிறைய பூவும் பொன்னும் சொரிந்து
தாரை வார்த்துக் கொடுத்து, மகளிர் ஊற்றித்தரும்
மதுவை உண்டு,

இரவலர்க்குப் பொன்னணிகளைக் குறைவின்றிக் கொடுத்து,

'வாழ்தல் வேண்டும் இவண் வரைந்த வைகல்!'
நம்மை
'வாழச் செய்த நல்வினையே' நமக்கு வழித் துணையாகும். ஆகவே அந்தணர் வளர்க்கும் முத்தீப் போல, ஒருங்கிருந்த வேந்தர்களே!
                                        நீங்கள் வானத்து
விண்மீன்களினும் மாமழை நீர்த்துளிகளினும்
நீண்டநாட்கள் வாழ்வீர்களாக!''

இவ்வாறு வாழ்த்துவதன் மூலம் அக்கால வேந்தர் நிலையை நமக்கு நன்கு உணர்த்துகிறார், ஔவையார்.

பொருண்மொழிக் காஞ்சி

உலகியலை எடுத்துக் காட்டி, என்றும் நிலையான அற வுரைகளைக் கூறுவதே பொருண்மொழிக் காஞ்சி எனப்படும்.

ஔவையார் இத்துறையில் ஒரே ஒரு பாடல் மட்டும் பாடி யுள்ளார். அது நிலையான ஒருண்மையை நம்மிடம் வாதிப்ப தற்கு என முன்மொழிவது போல உளது.

நாடோ, காடோ, பள்ளமோ, மேடோ எதுவானாலும் அவற்றாலெல்லாம் நிலம் நல்லது, கெட்டது ஆவதில்லை. எங்கு ஆடவர்கள் நல்லவர்களாக உள்ளனரோ, அங்கு நிலனே நீயும் நல்லை! வாழிய!

இவ்வாறு ஒரு பெண்பாற் புலவர் 'ஆணாதிக்கம்' கொண்ட உலகைப் பார்த்து, அன்றே அறைகூவியுள்ளார்.

இயற்கையால் நன்மைதான் விளையும். பெண்களாலும் உலகிற்கு நன்மையே உளதாகும். தம்மையும் கெடுத்துக் கொண்டு, பிறரையும் கெடுப்பவர்கள் ஆடவர்களே. அதனால் ஆடவர் நல்லவராயிருந்தால், உலகமும் நல்லதாக இருக்கும். அவர்கள் கெட்டவரானால் உலகமும் கெட்டழியும்!

'ஆவதும் பெண்ணாலே, அழிவதும் பெண்ணாலே' என்பதை இது மறுக்கிறது.

'நாடா கொன்றோ காடா கொன்றோ
அவலா கொன்றோ மிசையா கொன்றோ
எவ்வழி நல்லவர் ஆடவர்
அவ்வழி நல்லை வாழிய நிலனே' *(187)*

இதற்கு 'மக்கள்' எனப் பொதுவாகப் பொருள் கொண்டு, எங்கே மக்கள் நல்லவரோ அங்கே உலகமும் நல்லதாக இருக் கும் எனப் பொருள் கொள்ளலாம். ஆயினும் பாடலில் ஆளும் உரிமையைக் கையில் எடுத்துக் கொண்டு வலிமையால் ஆட்டிப் படைக்கும் ஆடவரையே, அவர் நயமாக இடித்துப் பேசுகிறார்.

ஆடவர் என்பதற்கு வலிமையுடையோர் - வெற்றியை ஆளும் திறனுடையோர் என்று கொண்டால், காரணப் பெயராய் இரு சாராரிலும் தலைமை தாங்குவோரைக் குறிக்க வாய்ப்பு உள்ளது. ஒரு நாடு சிறந்த நாடெனப் பெயர் பெறுவதற்கு, மக்களுக்கு வழிகாட்ட வல்ல இவர்களே காரணம் எனக் கருத

லாம். எங்ஙனமாயினும் உலகளாவிய கருத்தரங்கொன்று வைத்துப் பலர் கூடி விவாதிப்பதற்குரிய 'செய்தியை' ஔவையார் நான்கே அடிகளில் கூறிச் சென்றுள்ளார்.

அகப் பாடல்களின் அழகும் சிறப்பும்

ஔவையின் சங்க அகப் பாடல்கள் 26 என முன்பு சுட்டப் பட்டது. அவை எளிமையும் அழகும் ஒருங்கமைந்தன; காம உணர்வை அழுத்தமாய் வெளிப்படுத்துவன. உவமை அழகிலும் அவை அவரது புறப் பாடல்கட்கு ஈடாய் விளங்குகின்றன.

அறத்தொடு நிலை

அறத்தொடு நிலையில் பல பாடல்கள் உளவாயினும், ஔவையின் குறுந்தொகைப் பாடல் ஒன்று எளிமையிலும் அழகிலும் விஞ்சி நிற்கிறது.

'அகவன் மகளே! அகவன் மகளே!
மனவுக்கோப் பன்ன நன்னெடுங் கூந்தல்
அகவன் மகளே!'

"கட்டுவிச்சியே! கட்டுவிச்சியே! கழுத்தில் அணிந்திருக் கும் சங்கு மாலை போலவே தலை முடியும் வெளுத்திருக்கும் கட்டுவிச்சியே!" எனப் பாடல் தொடங்குகிறது.

மகள் ஒரு மாதிரியாக இருக்கிறாளே என்பதற்காகத் தாய் கட்டுவிச்சியை அழைத்துக் குறி கேட்கிறாள். இது சமயம் உண்மையை வெளிப்படுத்த விரும்பும் தோழி, குறி சொல்லத் தொடங்கப் போகும் அக்குறத்தியிடம்,

'பாடுக பாட்டே
இன்னும் பாடுக பாட்டே அவர்
நன்னெடுங் குன்றம் பாடிய பாட்டே'   (குறு. 23)

என்று கூறுகிறாள். குறத்தி பொதுவாகத் தன் மலை வளம், தெய்வத்தைப் பற்றியெல்லாம் பாடி விட்டுத்தான், குறி சொல்லத் தொடங்குவாள். அன்றும் குறத்தி அம்மலைப் பாட்டைப் பாடி முடித்தாள். முடித்ததுதான் தாமதம், தோழி குறுக்கிட்டு, "நீ பாடிய பாட்டையே, அந்த உயரமான குன்றத்தைப் பாடிய பாட்டையே திரும்பவும் பாடு" என்றாள். ஏன்? அந்த மலைநாடன்தான் தலைவியின் காதலன். அதனால் அந்த மலை

பற்றிய பாடலைக் கேட்டாலே, தலைவி ஆறுதலடைவாள்; நோய் நீங்கும். பிறகு குறியெல்லாம் எதற்கு? அதனால் தோழி, குறி சொல்வதை நிறுத்துமாறு குறிப்பாக உணர்த்தி, அந்தப் பாடலையே திரும்பப் பாடு என்று கூறுகிறாள். 'அவர்' குன்றம் என்றதனாலும், மலை வளத்தைப் பாடினாலே போதும் என்றதனாலும் தாய்க்கும் செவிலிக்கும் ஐயம் தோன்றி உண்மை உணர்கின்றனர். ஒரு பெரிய நாடகத்தையே, ஒரு சிறு பாடலுள் நடத்திக் காட்டும் அழகும், பாடலின் எளிமையும் நம் மனத்தைக் கவர்கின்றன.

நடையழகு

பொருள் தேடி வந்த தலைவனிடம் தோழி, ''நீங்கள் தொலைநாட்டில் இருந்த பொழுது, எங்களை நினைத்துப் பார்த்ததுண்டா?'' எனக் கேட்கிறாள். அதற்குத் தலைவன், ''என் செய்வது? உலகில் வாழ வேண்டுமென்றால், இப்படி அல்லற் படத்தான் வேண்டியுளது!'' என விடை கூறுகிறான்.

'உள்ளினென் அல்லெனொ யானே! உள்ளி
நினைந்தனென் அல்லெனோ பெரிதே! நினைந்து
மருண்டனென் அல்லெனோ! உலகத்துப் பண்பே..' *(குறு. 99)*

அந்தாதி போலப் பாடும் இது வாய்மொழி இலக்கியப் பண்புடையது. அதனால் தொடை நலமும் நடை நலமும் பாட்டுக்கு அழகு சேர்க்கின்றன.

சென்ற காரியம் முடிந்து தலைவன் வீடு திரும்புகையில், தன் ஊருள்ள திசைப் பக்கம் மழை தொடங்கி விட்டதைப் பார்த்து, பாகனை விரைந்து தேரைச் செலுத்துமாறு தூண்டு கிறான். தலைவி அங்கே வருந்திக் கொண்டு நிற்பாள் என்பதை, சொற்பொருட் பின்வரும் நிலையணியால், திரும்பத் திரும்ப ஒரே சொல்லைப் பெய்து நடையழகு தோன்றக் கூறச் செய் கின்றார் ஔவையார்.

'...பெயல் தொடங்கினவே பெய்யா வானம்
நிழல்திகழ் சுடர்த்தொடி ஞெகிழ ஏங்கி
அழல் தொடங்கினளே ஆயிழை அதனெதிர்
குழல் தொடங்கினரே கோவலர்!..' *(குறு. 37)*

தொடங்கி விட்டது, தொடங்கி விட்டது என்று மனம் பரபரக்கும் அல்லவா? பாடாமல் அவ்வுணர்வையே சொல்கிறது.

ஒரு தலைவன் இளமகள் ஒருத்தியைக் காண்கின்றான். அவள் அழகின் மிகுதி கண்டு, தலைவன் அவளை வரைந்து கொண்டு விடுவான் என எண்ணிய தலைவி, 'நாம் முன்னதாகத் தலைவனைக் காத்துக் கொள்ளாமற் போனோமே' என்று தோழி யிடம் வருந்திப் பேசுகிறாள். தலைவனுக்கு வேண்டியவர்கள் கேட்கும்படியாக, அவனை இடித்துப் பேசும் இடம் இது.

'...யாணர் ஊரன் காணுநன் ஆயின்
வரையா மையோ அரிதே; வரையின்
வரைபோல் யானை வாய்மொழி முடியன்
வரைவேய் புரையும் நற்றோள்
அளிய தோழி! தொலையுத பலவே!' *(நற். 390)*

மலை போலும் யானைகளையுடைய முடியனின் மலை மூங்கிலை ஒக்கும் நல்ல தோள், அழகை இழக்கும் எனத் தலைவி வருந்தும் பாடலில் 'வரை' எனும் சொல் 'சொற்பின் வரு நிலையணி'யாகத் திரும்பத் திரும்ப வந்து அழகு கூட்டு வது, பாடலையும் திரும்பத் திரும்பப் படித்துப் பார்த்தால் புலனாகும்!

பேச்சு நடை

சங்கப் பாடல்களில் பெரும்பாலும் நாம் இன்று பேசிக் கொள்வது போன்ற பேச்சு நடை அப்படியே அமைந்திருக்கும். நாம் ஒன்றைச் சொல்லத் தொடங்கினால், எவ்வாறு தொடங்கு வோம், எவ்வாறு நீட்டுவோம், எவ்வாறு முடிப்போம்? இந் நடை பாடலிலும் அமைந்திருக்கும்.

தலைவன் பிரியப் போவதாகச் சொன்னான். அதை நய மாகத் தோழி தலைவியிடம் கூறும் விதத்தைப் பாருங்கள்!

'நிரம்பச் சிரிக்கத்தக்க ஒரு செய்தி
தெரியுமா தோழி!
ஒருநாள் பிரிந்தாலும் உயிர்வாடும் நாம்
இங்கிருக்க அவர் எங்கோ போகப் போகிறாராம்!
அவர் வினைமுடித்து வரும்வரை நாம்
இங்கே வாழ்ந்து கொண்டிருப்போமாம்!
அது மட்டுமா! இன்னங்கேள்!
இடியுடன் மழை பொழியும் நடு யாமத்திலும்
நாம் தனியே பொறுத்திருப்போமாம்!
இது வேடிக்கையாய் இல்லை?

மீண்டும் பாடலைப் படித்துப் பாருங்கள். நாம் இன்றும் பேசுவது போலவே பாட்டும் பேசுவது புலப்படும்.

'பெருநகை கேளாய் தோழி! காதலர்
ஒருநாள் கழியினும் உயிர்வேறு படூஉம்
பொம்ம லோத நம்மிவண் ஒழியச்
செல்ப என்ப தாமே! சென்று
தம்வினை முற்றி வரூஉம்வரை நம்மனை
வாழ்தும் என்ப நாமே! அதன்தலைக்
கேழ்கிளர் உத்தி அரவுத்தலை பனிப்பப்
படுமழை உருமின் உரற்று குரல்
நடுநாள் யாமத்தும் தமியம் கேட்டே' *(நற். 129)*

புனைவியல் பாங்கு: முற்றுருவகம்

செவ்வியல் இலக்கியம் தொன்மையானது. அதிலிருந்து தான் நடப்பியலும் புனைவியலும் பிரிந்து, பிறகு எத்தனையோ பிரிவுகளாக அவதாரம் எடுத்தன.

சங்கப் பாடல்களில் நடப்பியல் முழுவதுமாக அமைதல் - நடப்பியல் புனைவியல் கலந்தமைதல் - புனைவியல் நட்பியல் கலந்தமைதல் - புனைவியலாகவே அமைதல் என நான்கு வகைப்பாடுகளைக் காணலாம்.

பிரிந்த காதலர் வரவில்லை. கார் போய், கூதிர் போய், முன்பனிக் காலம் வந்து விட்டது.

'நம்மனத்து அன்ன மென்மை இன்மையின்
நம்முடை உலகம் உள்ளார் கொல்லோ?'

''பெண்களாகிய நம் உலகமே, இந்த ஆண்கள் உலகத்தி னின்றும் வேறுபட்டது. மேலும் நம்முடைய மனத்தின் மென்மை அவர்களுக்குக் கிடையாது. நம்மை நினைந்து அவர் வராதத னால், ஊரெங்கும் அலராகி விட்டது. பழிச் சொல் பரவி விட் டது. இந்நிலையிலும் வாராதிருப்பவரைப் பற்றி என்னவென்று சொல்வது?'' - தலைவி இவ்வாறு வருந்தும் பொழுது, ஊரார் தூற்றும் அலரை ஒரு முற்றுருவகமாகக் கூறுகிறாள்.

''வாடைக் காற்று எல்லை கடந்து வீசுவதால், முலையின் கண் வேட்கை நோயாகிய வளரும் இளைய முளை தோன்றியது. அது வருந்தும் நெஞ்சத்தே வருத்தமாகிய அடியாய் நீண்டது.

ஊரார் பேசிய அம்பலாகிய கிளைகள் விரிந்தன. அது புலவரால் புகழப்படும் நாணமில்லாத மரமாக வளர்ந்து, நலம் முழுவதையும் கவித்து, அலராகிய அரும்புகளைச் சொரிந்தது. இந்நிலையிலும் அவர் வந்திலர்'' என்பது கருத்து.

'தலைவரம்பு அறியாத் தகைவரல் வாடையொடு
முலையிடைத் தோன்றிய நோய்வளர் இளமுளை
அசைவுடை நெஞ்சத்து உயவுத்திறன் நீடி
ஊரோர் எடுத்த அம்பல் அஞ்சினை
ஆராக் காதல் அவிர்தளிர் பரப்பிப்
புலவர் புகழ்ந்த நாணில் பெருமரம்
நிலவரை எல்லாம் நிழற்றி
அலர்அரும்பு ஊழ்ப்பவும் வாரா தோரே' *(அகம். 273)*

அலர் தூற்றுவதை, 'புலவர் புகழ்ந்த நாரில் பெருமரமாக'க் கூறும் இது முற்றுருவகமாகும்.

தன்னுணர்ச்சி வெளிப்பாடு

மிக நுண்மையான மனவுணர்வுகளைப் படம்பிடித்துக் காலத்தால் அழியாமல் காப்பன சங்கப் பாடல்கள். ஒரு மன உணர்வை வெளிப்படுத்த வரும் பின்னணிகளே வாழ்வு நிகழ்ச்சிகள், இயற்கைப் பின்னணி யாவும் அகப் பாடல்களில் இவ் அனுபவங்களைப் பெயர் சுட்டாமல் சொல்வது மரபு.

இராமாயணம் போலும் பெருங்காப்பியங்களைப் படிக்கும் போது, அக்கால அரசர்கள் தம்மை இராமன் என்றும் இலக்குவன் என்றும் தம் பகைவரை இராவணன் முதலியோரென்றும் கருதிக் கொள்வராம். பெயரே சுட்டாத சங்கப் பாடல்களைப் படிக்கும் போதும் அதுபோலப் படிக்கும் ஒவ்வொருவரும் தம்மைக் காதலனாக, காதலியாக, பாங்கனாக எண்ணியுணர வாய்ப்புள்ளது. எனவேதான், சங்க அகப் பாடல்கள் 'தூய தன்னுணர்ச்சி'ப் பாடல்களாகின்றன. ஒரு தலைவியின் பிரிவுத் துயரை ஆண் பாடும் போதும் அதுபோல் ஒரு பெண்பாற் புலவர் தலைவன் ஒருவனின் காம வேட்கையை எழுதும் பொழுதும், அவ்வுணர்வுகளைத் தாம் நன்கு உணர்ந்தே எழுதுகின்றனர். ஆயினும் பல அகப் பாடல்களைப் பாடிய புலவர்கள் தம் வாழ்வில் நடந்த பட்டறிவையே அங்ஙனம் பொதுப்படவும் பாடியிருக்கலாம். தாம் அனுபவித்ததைப் பாடுவது எளிது

என்பது மட்டுமன்றி, அவ்வனுபவம் தம்மை மீறிச் சில போதே னும் வெளிப்படும் என்பதும் உண்மைதானே?

ஔவையாரின் காதல் பாடல்கள், அவர் சொந்த வாழ்வில் ஏற்பட்ட விளைவுகளின் தாக்கத்தால் உருவானவை போலும் என்று எண்ண வைக்கின்றன. அவரது காதல் வாழ்வு வெற்றி யாக அமையவில்லை என்று தெரிகிறது. அதனால் அவர்தம் இளமைக் காலத்தில் மிகவும் அல்லற் பட்டிருப்பார் போலும்.

ஔவையின் அகப் பாடல்கள் பிரிந்த தலைமகன் திரும் பாமை பற்றியும் பேசுகின்றன. இங்ஙனம் அழுந்திய காம வேட் கையை அவை புலப்படுத்துதல், அவரது பல பாடல்களில் வெளிப்படுகின்றது.

ஔவையார் தலைமகன் கூற்றாகப் பாடி அகப் பாடல் ஒன்றில்,

'நெறிபடு கவலை நிரம்பா நீளிடை
ளெவ்ளிவீதியைப் போல நன்றும்
செலவயர்ந்திசினால் யானே' *(அகம். 147)*

எனப் பிரிந்து சென்ற தலைவன் உள்ள இடத்திற்கு, நடந்தே தேடிப் போக விரும்பும் வெள்ளி வீதியின் வேட்கையைக் கூறி யுள்ளார். இங்ஙனம் வெள்ளி வீதியின் அக வாழ்வைப் புறமாக் கிய ஔவையும் அது போன்ற நிலைமைக்கு ஆளானவரோ என்ற எண்ணம் ஏற்படுகிறது. அதற்கு இசைவாக ஔவையின் அகப் பாடல் பல, ஏமாற்றமுற்ற காதல் வேட்கையின் நிறை வேறா உணர்வுகளாக வெளிப்படுகின்றன.

இத்தகைய நிலை சிலபோது ஏற்படவே செய்யும்.

பிறர் உணர்வைத் தம் உணர்வாகக் கொண்டு பாடுவதி லும், தாமே நுகர்ந்த உணர்வுகளை வெளியிடும் போது அவை மேலும் அழுத்தமும் நடப்பியலும் அழுந்தப் பொருந்தி வெளிப் படுமல்லவா? ஏனென்றால், பல புலவர்கள் இங்ஙனம் தாமே அனுபவித்தவற்றைப் பாடியிருப்பர். அல்லது தமக்கு மிக நெருங் கியவர்களின் அனுபவங்களை அருகிருந்து கண்டுங் கேட்டும் தாம் சேர்ந்து உழன்றும் விடுபட்டும் அப்பட்டறிவால் பாடி யிருப்பர்.

இதனால் 'அகம்' அகமாகாது போய் விடாது. ஆயினும் இலக்கியக் கோட்பாடு என்ற அளவுகோலில், அது மாற்றுக்

குறைதல் கூடும். சொந்த வாழ்வின் உணர்வென்று கண்டு கொள்ள முடியாத புலவர் பாடல்கள் மட்டும், மாற்றுக் கூடி விடுமா என்ன? இஃது ஆராயத்தக்கதே!

ஔவை பாடலில் வரும் காதல் அனுபவங்களைப் பார்த்தால், பிரிவுத் துயரால் வாடும் பெண்ணின் மனநிலை கொதிப் போடு வெளிப்படுகிறது. அதனுடன் தலைவனின் 'நன்றி' மறந்த தன்மையும் புலப்படுகிறது.

ஒரு தலைவி, வெள்ளிவீதியாரைப் போலத் தலைவனைத் தேடி, வழியெல்லாம் சுற்றி அலையலாமா என்று சிந்திக்கின் றாள் எனப் பார்த்தோம். மற்றொருத்தி 'சென்றவன் திரும்பாமல் போனானே, இவள் கதி என்னாகும்?' என்று ஊர் முழுவதும் அலர் தூற்றுமாறு, பிரிந்தவன் திரும்பாததால், ''சுரன் இரந்து, அழிநீர் மீன் பெயர்ந்தாங்கு அவர், வழிநடைச் சேறல் வலித் திசின் யானே'' என்று புறப்பட ஆயத்தமாகின்றாள் *(குறு. 303)*.

தலைவனது பிரிவால் **மெய்ம்மலி காமத்துடன்** தான் அல்லற்பட்டதை ஒருத்தி வெளிப்படையாகக் கூறுகிறாள் *(நற். 187)*. ஒரு தலைவி தலைவன் பிரிந்து நெடுநாளாய்த் திரும் பாமல் `தன்னை வருத்தியதால், அவனைச் 'சான்றோன் அல்லன்' என்று வசை கூறுகிறாள்.

'உள்ளின் உள்ளம் வேமே உள்ளாது
இருப்பின்எம் அளவைத் தன்றே! வருத்தி
வான்தோய் வற்றே காமம்
சான்றோர் அல்லர்யாம் மரீஇ யோரே' *(குறு. 102)*

மற்றுமொரு பாடல், இங்ஙனம் 'மெய்ம்மலி காமத்தால்' வானளவு பொங்கியெழுந்த உணர்ச்சி தன்னை வருத்த, ஒருத்தி இரவெல்லாம் உறங்காமல் துடித்ததை, அத்துடிப்புணர்வின் வடிவமாகவே தருகிறது.

'முட்டு வேன்கொல் தாக்கு வேன்கொல்
ஓரேன் யானும்ஓர் பெற்றி மேலிட்டு
ஆ ஒல்லெனக் கூவுவேன்கொல்
அலமரல் அசைவளி அலைப்பஎன்
உயவு நோய் அறியாது துஞ்சும் ஊர்க்கே' *(குறு. 28)*

இரவெல்லாம் உறக்கமின்றி, ஒரு மனம் தன்னந்தனியே தத்தளிப்பதை இப்பாடல் உள்ளவாறே புனைந்து, அதற்கேற்ற

சொல் நடையுடன் தருவது ஔவைக்குரிய தனித் திறனாகும். 'சிறியகட் பெறினே' என்ற புறப் பாடலை இதனுடன் இணைத்துப் பார்ப்பின், அத்திறன் நன்கு புலனாகும்.

காதலரால் கைவிடப்பட்டு, நெடுநாள் தனித்து வாழ நேர்ந்த மகளிரது மனநிலையையும் அவரது அகப் பாடல் சில காட்டுகின்றன.

'நீடிய மராஅத்த தோடுநோய் மலிர்நிறை
இறைத்துணர் சென்றற் றாஅங்கு
அனைப்பெருங் காமம் ஈண்டுகடைக் கொளலே' *(குறு. 99)*

''மரக் கிளைகளைத் தொட்டுக் கொண்டு ஓடிய பெரு வெள்ளம் பள்ளத்துள்ளே கையால் இறைத்துப் பருகுமாறு வற்றிப் போனது போல, என்னுள் எழுந்த அவ்வளவு மிகுதி யான காம உணர்வு இப்போது கொஞ்சம் கொஞ்சமாக வற்றிப் போய் ஒழிந்தது'' எனத் தலைவன் கூற்றாக, காமவுணர்வின் அழிவை அழுத்தமாய்க் கூறுகிறார் அவர்.

நெடுங்காலமாகத் திருமணமின்றியே இருந்து, ஒரு பெண் அகவை முதிர்வதை ஒரு பாடல் மிகுந்த அவலத்தோடு புனை கிறது.

'எந்தை
வேறுபன் னாட்டுக் கால்தர வந்த
பலவினை நாவாய் தோன்றும் பெருந்துறைக்
கலிமடைக் கள்ளின் சாடி அன்னஎம்
இளநலம் இற்கடை ஒழியச்
சேறும் வாழியோ முதிர்கம் யாமே' *(நற். 295)*

'பல்வேறு நாடுகளிலிருந்து, காற்றால் கொண்டு வரப் பட்ட பல தொழிற் சிறப்புடைய நாவாய்கள் வந்து நிற்கும் எம் தந்தையின் பெரிய துறைமுகத்தின் கண்ணே கொண்டு வரப் பட்ட கட்சாடிகளில் உள்ள கள், நெடுங்காலம் உள்ளே மடுத்து வைத்ததால், செருக்கு மிக்குத் தோன்றும். அதுபோல எம் இளமையும் அழகும் வீட்டினுள்ளேயே கிடந்து பயன்படாது ஒழியட்டும். எம் அகவையும் கூடி, யாம் இங்ஙனமே முதிர்ந்து ஒழிவோமாக!'

ஔவையார் இவற்றைத் தம் அனுபவத்தாலேதான் பாடி இருக்க வேண்டுமென்பதில்லை. ஆயினும் இவற்றால் அவரது

சொந்த மனநிலையும் புலப்படுகிறது என்று எண்ண, அவர் 'வெள்ளி வீதியைப் போல' என்று சொன்ன உவமைதான் தூண்டுகிறது.

எங்ஙனமேனும் பாலியல் மனவுணர்வுகள் கொதித்து வெளிப்படுவதைச் சில பாடல்களின் குரல்கள் ஓங்கி ஒலித்துக் காட்டவே செய்கின்றன. ஔவை புறப் பாடல் புலவர் என்று போற்றப்பட்டாலும், அவரது அகப் பாடல்கள் உவமைத் திறத்தாலும் உணர்ச்சிப் பெருக்காலும் அவற்றுக்கு ஒப்பாகவே திகழ்கின்றன எனலாம்.

சிறப்புடைச் செய்திகள்

ஔவையார் நாடறிந்த பெரும் புலவர். அதனுடன் நாட்டையும் நன்கறிந்த புலவராகக் காணப்படுகிறார். தமது பாடல்களில் அரிய, பெரிய செய்திகளை அவர் இணைத்து வைத்துள்ளார். அவற்றைத் தொகுத்து நோக்கும் பொழுது அவருடைய உலகியலறிவும், பிறர் காணாததைக் கண்டு சொல்லும் பெருநுட்பத் திறனும் தெளிவுபடுகின்றன.

அதியனின் முன்னோர் இந்நாட்டில் கரும்பு கொண்டு வந்த செய்தி குறிப்பிடத் தக்கது. ஔவையார், நிலைத்து வானுற ஓங்கி நிற்கும் இமயத்தைக் குறிப்பிடுகிறார். முன்னையோர் வீரர்களாய் இறந்தார்க்கு நடுகல் நட்டும் வழிபட்டும் பேணும் மரபை விளக்குகிறார். தேவர்கட்கு ஆவுதி பெய்து, வேள்வி செய்தலில் தமிழ்நாட்டு மன்னர்கள் பெரு விருப்பங் கொண்டு, போட்டி போட்டுக் கொண்டு, வட நாட்டு மன்னர்களையும் விஞ்சிச் செயற்பட்டுள்ளனர். இரக்கும் பார்ப்பனர்க்குத் தம் கொடைக் குணம் மிக்க கைநிறையப் பூவும் பொன்னும் சொரிந்து போற்றியுள்ளனர். பார்ப்பனர் இரு பிறப்பாளர் எனவும் நிலையான கோட்பாடுடையவர் எனவும் சிறப்பித்துக் கூறப்படுகின்றனர். அவர்கள் வளர்க்கும் யாகத்தீ முத்தீ எனக் கூறப்படுகிறது.

வெளிநாடுகளிலிருந்து, பல்வேறு தொழில் நுட்பமுடைய நாவாய்கள், தமிழகக் கடற்கரைகளில் வந்து நின்றன. அவை காற்றால் செலுத்தப்படும் கலங்களாகும். அவற்றில் நெடுநாளாய் அடைக்கப்பட்டுப் போதை மிகுந்த கள்சாடிகள் வந்தன. அவற்றைப் பொற்கலத்தில் ஏந்தி, மகளிர் தரத்தர, மன்னர்கள்

பருகி மகிழ்ந்தனர். சாடிக் கள், நாரரி தேறல் என அவை பல வகைப்படுவன.

போரில் விழுப்புண் பட்டு இறந்தால் துறக்கம் புகுவர் என்ற எண்ணம் - நம்பிக்கை வேரூன்றி இருந்தது. நோய்வாய்ப் பட்டு இறந்தால் துறக்கம் புக இயலாதாகையால், அவர்களை அருகம் புல்லில் கிடத்தி, மார்பில் வாளால் போழ்ந்து, பிறகு அடக்கம் செய்தனர். அவ்வாறு செய்வதால் அக்குறை நீங்குகிற தென்று கருதினர். அச்சடங்கையும் 'அறம்புரி கொள்கை நான் மறை முதல்வர்களாகிய' அந்தணர்களே செய்தனர். அவர்கள் மிக உயர்வாக மதிக்கப்பட்டமை புலனாகிறது.

உமணர் நீண்ட தூர நாடுகட்கு உப்பு வண்டிகளை ஓட்டிப் போவராதலின், இடையே அச்சு முறிந்தால் என்ன செய்வது என்று சேம வச்சு ஒன்றை, வண்டியின் கீழே கட்டி வைத்துக் கொண்டு சென்றனர். தச்சர் தேர் செய்வதில் மிக வல்லமை உடையவராய் இருந்தனர். 'மரங்கொல் தச்சர்' - மரத்தை வெட்டிச் செய்பவர் குறிப்பிடப்படுகின்றார். பொற்கொல்லரும் வினைத் திறன் மிக்கு விளங்கினர்.

பகைவர்களை வென்றதற்கு அடையாளமாக, அவர்களின் சின்னங்கள் பொறித்த இலச்சினையை அணிந்து கொள்வது, மன்னர்களிடையே காணப்பட்ட வழக்காறாகும்.

சிவ வழிபாட்டின் தொன்மையும் நன்கறியப்படுகிறது. 'நீலமணி மிடற்று' ஒருவன் என்று, அம் முழுமுதல் சுட்டப் படுதல் காண்கிறோம். மகளிர் திருக்கார்த்திகையில் வரிசை வரிசையாக விளக்கேற்றி வைக்கும் அழகைப் பெண்பாற் புலவ ராகிய ஔவையார் சிறப்பானதொரு உவமையில் வைத்துக் கூறுகிறார். அக்காலத்து உடை, உணவு, மதுவுண்ணல் போலும் பழக்கங்கள் பற்றியும் ஔவையின் பாடலால் அறிகிறோம்.

கிரேக்கப் பெண்பாற் கவிஞரும் ஔவையும்

கிரேக்க இலக்கிய வழி இருபது பெண்பாற் புலவர்கள் அறியப்படுகின்றனர் என்பர்.[1] அவர்களுள் காலத்தால் முற்பட்ட வர் சாஃபோ (Sappho) எனப்படும் பெண்பாற் புலவரேயாவார். பெருமையிலும் அவரே முதலாமவர் என்று பாராட்டுகின்றனர்.

1. F.A. Wright, The Poets of the Greek, Anthology, London, P. 79.

பின்வந்த பாவலர் பலருக்கு அவரே வழிகாட்டியாய் அமைந்த சீர்மையும் சிறப்பும் விரித்துப் பேசப்படுகின்றன. 'சங்ககாலப் புலவர்களுள் பெண் புலவர்கள் முப்பது பேர் இருந்தார்கள். அவர்களுள் ஔவையார் மிகுந்த புகழுக்குரியவராகத் திகழ்ந் தார்' என்று சான்றோர் மு.வ. குறிப்பிடுதல் இவண் ஒப்பிடற் பாலதாகும்.[1]

சாஃபோ தனிப்பட்டவர். தன்னுணர்ச்சியைப் பாடுவதைச் செம்மை நிலைக்குக் கொணர்ந்தார். தம் சொந்த உணர்வுகளை, வாழ்வில் தாம் அனுபவித்தவற்றை அவர் பாடினார். ஔவை யும் தம் அகப் பாடல்களில், தம் சொந்த உணர்வுகளை வெளிப் படுத்தியுள்ளமை காண்கிறோம்.

கி.மு. ஆறாம் நூற்றாண்டினராகிய இக்கிரேக்க ஔவை யாரைப் பற்றிப் பல கதைகள் வழங்குகின்றன. இவர் செல்வக் குடும்பத்தில் பிறந்தவர்; சிறுமியர்க்கு இசையும் பாட்டும் கற்பித்தவர்; ஓர் ஆட்டிடையனைக் காதலித்துக் கைகூடாமல் மலை உச்சியிலிருந்து விழுந்து இறந்தவர். இவ்வாறு இவரைப் பற்றிச் செவி வழியாக வழங்கும் கதைகள் பலவாகும். எந்த அளவு அவை உண்மையானவை என்பது இன்னும் ஐயமாகவே உளது என்பர். இடைக்காலத்தே ஔவை பற்றி எழுந்த கதை களையே இங்கு நினைக்க வேண்டியுள்ளது.

சாஃபோ கிரேக்க இலக்கியத்தில் தன்னிகரற்ற 'தனிப் பாட்டு' வல்லுநர் என்று போற்றப்படுகின்றார். அதாவது இவர் குழு இசைப் பாடல்களைப் பாடவில்லை. தனித்துப் பாடும் பாடல்களையே பாடி, செவ்விய நிலைக்குக் கொண்டு சென் றார். இவர் பதினைந்து வகையான யாப்பு வகைகளைப் பயன் படுத்தியுள்ளார். இவருடைய ஒவ்வொரு சொல்லாட்சியும் தனிப்பட்ட நயம் மிக்கதென்பர். இவருடைய பாடல்கள் தனித் தன்மையை வெளிப்படுத்துபவை. 'தன்'னுடன் ஒட்டியவை; 'தன்'னை வெளிப்படுத்துபவை. பெரும்பாலும் காதல் பற்றி இவர் புனைந்துள்ளார். பல பாடல்களில் இவர் இளம் பெண் களை விளித்தே பாடியுள்ளார். இவர் பாடியனவாகப் பல துணுக்குகளும் ஒரே ஒரு முழுப் பாடலும் கிடைத்துள்ளன. அப்பாடல் அழகு தெய்வத்திற்குப் போற்றிப் பாடல் (Ode to Aphrodite) என்பதாகும். இதில் தலைவன் ஒருன் ஒரு பெண்ணின்

---

1. தமிழ் இலக்கிய வரலாறு, புது தில்லி, ப. 180.

காதலை அடைவதற்கு அழகுத் தெய்வத்தின் உதவியை வேண்டுகின்றான். மேலும் திருமணப் பாட்டுக்கள், தோழர்களுக்கு விடைதரு விழாப் பாடல்கள், மகளிர் அழகுப் புனைவுகள், அவலப் பாடல்கள், காதல் பிரிவுத் துயரப் பாடல்கள் பலவும் இவரால் பாடப்பட்டுள்ளன.

''ஔவையார் போலப் பெரும் புகழுக்குரிய பெண்பாற் புலவராகிய அவரது பாடல்களிற் காணப்படும் அவலக் கூறு ஆழமானது. ஔவையாரின் அகப் பாடல்களிற் காணப்படும் அவலக் கூறு இதனுடன் ஒப்பிடற்பாலதாகும்.''[1]

சாஃபோ தம் நிறைவுறாக் காதலையும் மற்றொருத்தி மனம் மகிழ்ந்திருத்தலையும் ஒரு பாடலில் புனைகின்றார். அதில் ஒரு பெண்ணின் அவல நிலை நன்கு படம் பிடித்துக் காட்டப்படுகிறது.

'கடவுளருக்கு நிகராகக் காட்சி தருகின்றான்!
நினக்கெதிர் அமர்ந்து இனியநின் குரல் கேட்டுப்
புன்னகை கொண்டு பொலிகிறான் அவனே!
என் நெஞ்சினுள் இதயம் சிறகடிப்பது போல்
துடிதுடிப்பதை நான் உணர்கின்றேனே!
ஏனெனில்
உன்னை நோக்கும் ஒவ்வொரு கணமும்
என் நா அசையாது; அமைதியைக் கைக்கொளும்!
உடனே,
என்னுடல் முழுவதும் கனல்பற்றி எரியும்,
கண்எதும் காணாக் கடுந்துய ரெய்தும்,
செவிகள் இரையும், வியர்வை வழியும்
நடுநடுக் குறும்என் உடல் முழுவதும்மே!
புல்லினும் வெளுத்துப் போருமென் மேனி,
சாவெனை அணுகிய தோவென மயங்குவன்!
என்செய? எதையும் தாங்கிட...[2]

அணிநலன் இன்றியே இப்பாடல், அவலப் பிழிவாக விளங்குவதைப் பலரும் பாராட்டுகின்றனர். குறுந்தொகையில் 'முட்டுவேன் சொல்? தாக்குவேன் கொல்?' எனத் தொடங்கும் பிரிவு அவலப் பாடலை *(28)* இதனுடன் ஒப்பிடலாம்.

---

1. தமிழண்ணல், சங்க இலக்கிய ஒப்பீடு 11, மதுரை 1979, பக். 96.
2. மேலது, ப. 103.

'சங்கத் தொகை நூல்களின் பாடல்கள் சிலவற்றின் ஆசிரியரான ஔவையார் உலகப் பெரும் புகழ் பெற்ற பெண்பாற் புலவர்களோடு ஒப்பு நோக்கத்தக்கவர். பண்டைக் கிரேக்க நாட்டுப் பெண்பாற் புலவரான, ஸாபோ (Sappho), பிரௌனிங் (Elizabeth Barret Browning), கிரஸ்டினா ஜார்ஜினா ரோஸெடி (Christina Georgina Rossetti) மற்றும் எமிலி டிக்கின்ஸன் (Emily Dickinson) என்போர் வாழ்ந்திருந்த காலம் வரை பெண்பாற் புலவர்களின் பன்னாட்டு ஒப்பிலக்கிய ஆய்வு ஒன்றைச் சீர்பெறச் செய்தால் ஔவையார் தலைசிறந்த நிலையில் நிற்பார் என்பதைப் பல இலக்கியங்களையும் கற்றவர்கள் தடையின்றிக் கூறுவர்' என வரலாற்றுப் பேராசிரியர் டாக்டர் ந. சுப்பிரமணியன் கூறுகிறார்.[1]

1. ஔவையார், உடுமலை, 1992, ப. 9.

நீதிநூல் ஔவையார்

சங்ககால ஔவை பெற்ற புகழினும் மிகுபுகழ் பெற்றவர். இடைக் காலத்தில் வாழ்ந்து, நீதிநூல்கள் பாடித் தமிழர் உள்ளந் தோறும் இடம்பெற்ற ஔவை ஆவார். இவரைச் சோழர் கால ஔவை எனவும் கூறுவர். நல்வழியில் இவர் 'மூவர் தமிழை யும்' குறிப்பிடுதலால், சுந்தரர் காலமாகிய கி.பி. 9ம் நூற்றாண் டிற்குப் பிற்பட்டவர் என்பது தெளிவு. கொன்றை வேந்தனின் இறை வணக்கச் செய்யுளாகிய, 'கொன்றை வேய்ந்த செல்வன் அடியிணை, என்றும் ஏத்தித் தொழுவாம் யாமே' என்பதைத் தொல்காப்பிய உரையாசிரியர்களாகிய பேராசிரியர், நச்சினார்க் கினியர் இருவரும் குறிப்பிடுவதோடு *(தொல். பொருள். 461)*, இளம்பூரணரும் பண்ணத்திக்கு உதாரணமாக எடுத்துக் காட்டு கிறார் *(ஷ. 483)*. பேராசிரியர் 'அட்டாலும்...' என்று தொடங் கும் மூதுரைப் பாடலையும் காட்டாகக் காட்டியுள்ளார் *(ஷ. 384)*. இவ்வுரை ஆசிரியர்களுள் காலத்தால் முற்பட்ட இளம் பூரணர் கி.பி. 12ம் நூற்றாண்டிற்குரியவர். பேராசிரியரும் நச்சினார்க் கினியரும் முறையே 13, 14ம் நூற்றாண்டுகட்குரியவர் ஆவர்.

கி.பி. 13ம் நூற்றாண்டில் ஆட்சி புரிந்த மூன்றாம் குலோத் துங்க சோழன் மீது பாடப்பட்ட *(கி.பி. 1178-1218)*. 'குலோத் துங்க சோழன் கோவை' நல்வழிப் பாட்டொன்றை ஆள்கிறது. 'இட்டர் எப்போதும் இடுவார், இடார் என்றும் இட்டுண்கிலார், பட்டாங்கில் உள்ள படியின்றோ' என்பது 'இட்டார் பெரியோர் இடாதோர் இழிகுலத்தோர், பட்டாங்கில் உள்ளபடி' என்ற 'நல் வழி'ப் பாடலை அடியொற்றியுள்ளது.[1]

---

1. மு. அருணாசலம், த.இ. வரலாறு பன்னிரண்டாம் நூற்றாண்டு, முதல் பாகம், திருச்சிற்றம்பலம், 1932, ப. 506.

கி.பி. 11ம் நூற்றாண்டினதென்று எண்ணப்படும் யாப்பருங் கல விருத்தியுரையும், 'கொன்றை வேய்ந்த...' எனத் தொடங்கும் கடவுள் வாழ்த்தை, 'செந்துறை வெள்ளைப் பா' என எடுத்துக் காட்டுகிறது *(சூ. 63)*. இவற்றால் ஆத்திசூடி, கொன்றை வேந்தன், மூதுரை, நல்வழி ஆகிய நான்கு நீதிநூல்களையும் பாடிய இடைக்கால ஔவையார், சோழப் பேரரசு சிறப்புற்றுத் திகழ்ந்த கி.பி. பத்தாம் நூற்றாண்டின் இறுதிக் காலத்தவர் என்பது போதரும்.

ஔவைக் கருத்து மரபு

முற்கால, இடைக்கால ஔவையார்களிடையே, அவர்கள் வாழ்ந்த கால இடப் பின்னணியால் வேறுபாடுகள் உளவாயின. முன்னவர்க்குக் கள்ளும் புலாலும் வெறுக்கத்தக்கனவல்ல; அவை இயல்பான வாழ்வாகக் கருதப்பட்ட தொடக்க காலத்தவர் அவர். பின்னரோ புலால், கள் இரண்டையும் தவிர்க்கப் பாடுபவர். ஆயினும், எளிமை, எளியோர் பக்கமே சார்ந்துதவுதல், மாறாத நன்றியுடைமை, நீதிக் கருத்துக்களை அழகுற மனத்தில் பதியுமாறு எடுத்து மொழிதல் இவற்றில் இருவரிடையேயும் ஒரு கருத்து மரபுத் தொடர்ச்சியும் காணப்படுகிறது.

'நாடா கொன்றோ காடா கொன்றோ
அவலா கொன்றோ மிசையா கொன்றோ
எவ்வழி நல்லவர் ஆடவர்
அவ்வழி நல்லை வாழிய நிலனே' *(புறம். 187)*

என மண்ணுலகம் தன்மீது வாழும் ஆண் மக்களாலேயே நல்லதாகவும் தீயதாகவும் மாறுகிறது என்று, அடிப்படை உண்மை ஒன்றை, இப்பாடல்வழி ஔவை தாம் மொழிவது அற மொழி கின்றார். நன்மை, தீமை விளைவுகட்கு ஆடவரே பொறுப்பென, இவ்வுலகப் பெரும் பெண் பாவலர் அடித்துக் கூறுவது முன்னரும் விளக்கிக் கூறப்பட்டது.

புறநானூற்றில், மூவேந்தரும் ஒருங்கிருக்கக் கண்டவிடத்து ஔவையார் மகிழ்ந்து, 'யானறிந்தவரை இதுதான் அறம்; இது போல வாழ வேண்டும்' எனக் கூறிக் கரையும் அறங்கள் கருத்திற் கொள்ளற் பாலனவாகும்.

'நாகத் தன்ன பாகார் மண்டிலம்
தமவே ஆயினும் தம்மொடு செல்லா

வேற்றோ ராயினும் நோற்றோர்க்கு ஒழியும்
நாரரி தேறல் மாந்தி மகிழ் சிறந்து
இரவலர்க்கு அருங்கலம் அருகாது வீசி
வாழ்தல் வேண்டும் இவண் வரைந்த வைகல்
வாழச் செய்த நல்வினை யல்லது
ஆழுங்காலைப் புணைபிறி தில்லை!' *(புறம். 367)*

எத்தகைய நீதிகள் என எண்ணிப் பார்க்க வைப்பவை இவை. தேவ லோகமே நம்முடையதாயினும் அவற்றை நாம் நுகரக் கொடுத்து வைப்பதில்லை. தொடர்பே இல்லாதவராயினும், தவமுடையார் அவற்றை நுகருமாறு போய்ச் சேரும்!

தேறல் எனும் தெளிந்த மதுவையுண்டு, உண்டு உடுத்து மகிழ்ந்து இரவலர்க்கு அள்ளி அள்ளிக் கொடுத்து, நமக்கென வரையறுக்கப்பட்ட - எல்லை வகுக்கப்பட்ட - வாழ்நாளை வாழ்ந்து இன்புற வேண்டும்!

நம்மை வாழ வைக்கும் நல்வினையே, நாம் கால வெள்ளத்தில் மூங்கும் காலத்தே, புணையாக உதவும். அது தவிர வேறு துணை இல்லை.

இவ்வாறு காட்டப் பெற்ற சங்க ஔவையின் அறவுரைகள், நீதிநூல் பாடிய ஔவைக்குத் தோற்றுவாய் போல உள்ளன. குறுந்தொகையில் தன் சொற் கேளாத தனது நெஞ்சை, ஒரு தலைமகன் கடிந்து கூறுவதாக ஓரிடம் வருகிறது. 'நல்லுரை இகந்து புல்லுரை தாஅய்' அந்நெஞ்சு உள்ளம் தாங்கா வெள்ளம் நீந்தி அரிதவாவுறுகிறது *(29)*. ஔவை இங்கு **நல்லுரை** எனச் சுட்டுவது காணலாம். நல்வழியாய் மூதுரையாய அறவுரைகளைப் பாடிய ஔவை, முன்னைய ஔவையைப் பற்றியும் நன்கு உணர்ந்திருந்தார் என்றே தோற்றுகிறது.

நான்கு நீதிநூல்கள்

ஔவை படைத்தன நான்கு நீதிநூல்கள். ஆத்திசூடி, கொன்றை வேந்தன், மூதுரை, நல்வழி என்னுமிவை, தமிழ் நீதிநூல்களில் முடிமணிகள் என ஒளிவீசித் திகழ்கின்றன. தமிழில் சமணச் சார்புடன் தோன்றிய நீதிநூல்கள் பல உள. ஔவை சிவ நெறிச் சார்புடன் தம் நூல்களை யாத்துள்ளார். இளஞ்சிறாரும் படிக்குமாறு ஆத்திசூடியும் கொன்றை வேந்தனும் படைக்கப்பட்டுள்ளன. தமிழ் அகர வரிசையைப்

பின்பற்றியதால் கல்வி கற்கத் தொடங்கும் இளம் பருவம் தொட்டே ஔவை அறிமுகமாகி விடுகின்றார். சிலர் இவற்றில் கூறப்படும் அறங்கள் கடினமானவை; பெரியவர்கட்கே பயன் படுபவை எனவும், அதனால் சிறுவர், சிறுமியர்க்கு இவை சுமையாகுமெனவும் வாதிடுவர்.

எதிர்காலத்திற்கு வேண்டுமெனப் பொருளை நாம் இளமை யிலேயே சேமித்து வைத்துக் கொள்வதில்லையா? நெடுஞ் சேய்மைக்குப் பயணம் புறப்படுபவன் மறு நாளுக்கும் மூன்றாம் நாளுக்கும் தேவைப்படுவனவற்றையும் பயணம் முழுவதற்கும் பயன்படுவனவற்றையும், அங்ஙனம் புறப்படு முன்பே ஆக்கிப் படைத்துச் சேமித்து வைத்துக் கொள்வது உண்டல்லவா?

இளையோர்க்கும் இவ் அற நூல்கள் தரும் நீதிகள் அவ் வப்போது வாழ்நாள் பயணத்தில் பயன்படக் கூடியனவேயாம். இதை உணர்ந்தே ஔவையார் தொடக்கத்தே படிக்க வேண்டிய ஆத்திசூடி, கொன்றை வேந்தனைத் தமிழ் நெடுங்கணக்கு வரிசையில் அமைத்தார். இம்முறை நினைவிற் கொள்ளத் துணை ஆயிற்று. ஆத்திசூடி சொற்சீரடிகளை உடையதாய், நூற்பாக்கள் போல அமைந்து சிறு சிறு தொடர்களாய் அமைந்தது. இது மிக அரிய கருத்தையும் எளிதாய்ச் சொல்ல வாய்ப்பாயிற்று. கொன்றை வேந்தன் நான்கு சீர் கொண்ட ஓரடிப் பாடல் போல் ஆகி, வழியெதுகையைக் கொண்டமைந்தமை படிக்கவும் மனத்தில் பதியவும் உதவியாயிற்று.

தமிழில் நீதிநூல்கள் பலவாயினும் இங்ஙனம் சொல்ல வந்த புதிய நெறிமுறையால், இவை இரண்டும் இன்றளவும் மக்கள் நடுவே பேரரசோச்சும் சீரிய அற ஆட்சி நூல்களாயின.

ஆத்திசூடி

ஆத்தி மாலையைச் சூடியவன் சிவபெருமான். இளமை யிற் கல், அறனை மறவேல், ஓதுவதொழியேல் என இரு சொல் தொடர்களாய் வருவதற்கேற்ப 'ஆத்திசூடி' எனக் கடவுள் வாழ்த்தைத் தொடங்கி, அதுவே பெயராய் அமைந்தமை பொருத்த முடையதாகும். ஆத்திசூடி அமர்ந்த தேவன் - ஆத்தி மாலையைச் சூடி வீற்றிருக்கும் சிவபெருமான். அவனை ஏத்தித் தொழுதல் தான் அருச்சனையாகும். நூலுக்கேற்பக் கடவுள் வாழ்த்தும் சிறிதாய்ச் செவ்விதாய் அமைந்துள்ளது.

ஆத்திசூடி 108 தொடர்களால் ஆனது. உயிர் 12, ஆய்தம் 1, மெய் 18, க, ச, த, ந, ப, ம, வ எனும் ஏழு வரிசையிலும் ஔகாரமேறிய மெய்கள் நீங்கலாக ஒரு வரிசைக்குப் பதி னொன்று வீதம் *(7 x 11 = 77)* என இவை கூடி 108 ஆகும். மெய் பதினெட்டும் அகரமேறிய மெய்களாகவே அமைவன.

'கண்டொன்று சொல்லேல்'

'ஙப்போல் வளை'

'சனிநீராடு'

'ஞயம்படவுரை'

என க், ங், ச், ஞ் என வரவேண்டிய மெய்கள் அகரமேறி வந்தன. மொழிக்கு முதலில் வாராத ட், ண், ய், ர், ல், ழ், ள், ற் ன் என்பனவற்றை என்ன செய்வது? ஔவை நல்லதோர் உத்தியைக் கையண்டு, எளிமையைக் காப்பாற்றுகிறார்.

'இடம்பட வீடெடேல்' (ட்-இட்)

'இணக்கமறிந்திணங்கு' (ண்-இண்)

'இயல்பலாதன செயேல்' (ய்-இய்)

'அரவ மாட்டேல்' (ர்-அர்)

'இலவம் பஞ்சில்துயில்' (ல்-இல்)

'அழகலாதன செயேல்' (ழ்-அழ்)

'அறனை மறவேல்' (ற்-அற்)

'இளமையிற் கல்' (ள்-இள்)

'அனந்த லாடேல்' (ன்-அன்)

இவ்வாறு மொழிக்கு முதலில் வாராத மெய்களுக்கு முன்னே அகரம் அல்லது இகரத்தைச் சேர்த்துக் கொண்டு, அவற்றையும் மொழி முதலாக்கி அறங்கூறியுள்ளார் ஔவை யார்.

ககர வரிசை முதலாக வகர வரிசை ஈறாக ஏழு வரிசை யிலும் கௌ, சௌ, தௌ, நௌ என வரும் இறுதி உயிர் மெய் களை விடுத்து, ஏனைய பதினோர் உயிர்மெய்களுக்கும் அமையு மாறு பாடியுள்ளார் ஔவையார். தமிழில் உயிர் பன்னிரண்டும் மொழிக்கு முதலாகும். ஆய்தம் மொழி முதலாகாதென்பதால் 'அஃகம் சுருக்கேல்' என்று அகரம் சேர்த்துக் கூறி விட்டார் அவர். மொழி முதலாகாத மெய்கள் ஒன்பதனுக்கும் அவ்வாறே

இகரத்தையோ அகரத்தையோ முதலில் சேர்த்து, முற்காட்டிய வாறு கூறினார் அவர்.

தமிழில் க, ச, த, ந, ப, ம, வ, ய, ஞ, ங எனும் பத்த மெய்களும் மொழி முதலாகுமென்பது இலக்கணம். இவற்றுள் கசத நபமவ என ஏழு மெய் வரைக்கும் எடுத்துக் கொண்ட ஔவையார் ய ஞ ங மூன்றையும், அவை சில எழுத்துக்க ளுடன் மட்டுமே மொழி முதலாவதால் விட்டு விட்டார். இறுதியிலுள்ள வகரத்திலும் வு, வூ, வொ, வோ எனும் நான்கும் மொழி முதலாகா. அவற்றை முறையே,

'உத்தமனாயிரு (வுத்தமனாயிரு)

'ஊருடன் கூடிவாழ்' (வூருடன் கூடிவாழ்)

'ஒன்னாரைத் தேறேல்' (வொன்னாரைத் தேறேல்)

'ஓரஞ் சொல்லேல்' (வோரஞ் சொல்லேல்)

என உயிராகக் கூறியே, உடம்படு மெய்யாய் வரும் வகர வரிசையை நிறைவு செய்துள்ளார் ஔவையார். சிலர் 'அம்ம' என்பதை, முன்னதாகத் தனிச் சீராய்ச் சேர்த்துப் பதிப்பித்தது உண்டு.

'அம்ம வுத்தமனாயிரு' என, உடம்படு மெய்யாய் வு வருமென அவர்கள் கருதினர்.

எங்ஙனமாயினும் தமிழ் அகர வரிசையில் மொழி முதலானவற்றை எந்த அளவு நெறிப்படி பயன்படுத்த முடி யுமோ, அந்த அளவு பயன்படுத்தி நமக்கு அரியதொரு சிறுவர் இலக்கியமாக இதைப் படைத்துத் தந்துள்ளார் ஔவையார் எனலாம்.

வாழ்வியல் நூல்

தமிழ் நீதிநூல்கள் பல, பட்டறிவு முதிர்ச்சியால் அகவை முதிர்ந்தார் ஒருவர் ஏனையோர்க்கு அன்றாடம் நலமாக வாழும் முறைகளை உணர்த்துவது போன்ற வாழ்வியல் நூல்களாகவே ஆக்கப்பட்டுள்ளன. ஔவை நூல்கள் இந்நோக்கிலேயே பெரும் பகுதி அமைந்தன.

'அஃகம் சுருக்கேல்'

(தானியம், உணவுப் பண்டங்களை எடை குறைத்து ஏமாற்றி விற்காதே)

'சனி நீராடு'

'இடம்பட வீடெடேல்'

(சிறுகக் கட்டிப் பெருக வாழ் என்பதாம்)

'அரவமாட்டேல்'

(சிறுவர்கள் விளையாட்டாகவும் பாம்பினை ஆட்டி விளையாடல் கூடாதாம்).

'இலவம் பஞ்சில் துயில்'

(இஃது அறமா? அனுபவமா?)

'நீர் விளையாடேல்'

(சிறுவர் நீரைக் கண்டால் தம்மை மறந்து ஆடுவர்)

'நுண்மை நுகரேல்'

(சிறுவர் சின்னச் சின்னத் தின்பண்டங்களை வாங்கித் தின்று நோய்வாய்ப்படுவர்)

'நோய்க்கிடங் கொடேல்'

'மீதூண் விரும்பேல்'

(உண்டி சுருங்குதல் பெண்டிர்க்கு அழகு. எப்போதும் மென்மையை விரும்புபவர் உடம்பு இளைப்பதற்கு மருந்து முண்பர் அல்லவா? இங்கு நெடிது நாள் வாழ விரும்பும் அனை வருக்கும் 'மிக அதிகமாகச் சாப்பிடுவதை விரும்பாதீர்' என்று போதிக்கின்றார்).

சிறிய நூலேயாயினும் உடனே பயன்படுவன, அகவை முதிர முதிரப் பயன்படுபவை, சிறார்க்குரியவை, அரசியல் சார்ந்தவை எனப் பகுத்து நோக்கி, கால இடப் பின்னணியோடு கருத வேண்டிய நீதிகள் பலவாகும். சிற்சில நீதிகளே அனைவருக்கும் அனைத்துக் காலத்திற்கும் பொதுவாகும்.

திருக்குறளிலும் பொதுமை என்பதற்குச் சில எல்லைகள், வரையறைகள் உள. கண்ணை மூடிக் கொண்டு, 'எல்லாம் எல்லார்க்கும் எப்போதும்' என்று கழறுவன பேச்சிற்கு அழகு தரும்; நடைமுறைக்கு ஒத்து வரா. பொதுமைக் கோட்பாட்டை இடம் நோக்கிக் கொள்ள வேண்டும்.

'முனைமுகத்து நில்லேல்', 'மூர்க்கரோடு இணங்கேல்', 'போர்த் தொழில் புரியேல்' என்பன கருதற்பாலன. போர்

வீரனல்லாத, ஒருவன் போர் முனையில் போய் நிற்பது தவறு. கலகம் நடக்குமிடத்திற்குக் காவலன் போகலாம், கையில் ஆயுதமில்லாதான் போகலாமா? போரைத் தொழிலாகக் கொண்டு வாழலாமா? சில கட்சிகள் - சில அரசுகள் இதை ஒரு 'கூலி தரும் தொழில்' ஆக்கி விட்டன. 'மாற்றானுக்கு இடங் கொடேல்' என்பவர், 'முனை முகத்து நில்லேல்' என்பதை, எத்தகைய சூழலில் கூறியிருப்பார் எனச் சிந்தியுங்கள்.

தன் முன்னேற்றச் சூடிகள்

பல ஆத்திசூடிகள் ஒருவன் தன்னம்பிக்கையோடு முன் னேற்றமடையப் பின்பற்ற வேண்டியன. தன்னுறுதி, தன்முயற் சியை வளர்ப்பன. ஒருவனது ஆளுமை மேம்பாட்டிற்கு உதவுவன.

'உடையது விளம்பேல்'

இதனுடன் 'வல்லமை பேசேல்' என்பதையும் இணைத்து நோக்குங்கள். ஒருவன் தன்னிடமிருப்பதை, தனதாற்றலை, பொருள் வலிமையை விளம்பரப்படுத்துவது போல் பலரறியச் சொல்லுதல் கூடாது. காரியத்தில் காட்ட வேண்டுமே தவிர, வாய்ப் பந்தல் போடக் கூடாது. வாய் வீச்சு காரியத்தைக் கெடுத்து விடும்.

'நைவினை நணுகேல்', 'தோற்பன தொடரேல்' என்பன விழிப்புணர்த்துவன. 'தூக்கி வினை செய்', 'செய்வன திருந்தச் செய்' என்பன ஒருவன் முன்னேற வழிவகுப்பன. 'பூமி திருத்தி உண்' தன் உழைப்பை நம்பச் சொல்கிறது. 'பொருள்தனைப் போற்றி வாழ்' காசைச் கண்டபடி விட்டு விடாமல் காப்பாற்றத் தூண்டுகிறது.

'தக்கோன் எனத்திரி', 'பீடுபெற நில்', 'நேர்பட ஒழுகு', 'மனந்தடுமாறேல்' முதலியன ஒருவனது ஆளுமையை வளர்ப்பன.

பழகும் பண்பாடுகள்

அன்றாட வாழ்வில், தொழிலில், நிருவாகத்தில், அரசிய லில், ஆணும் பெண்ணுமாய்க் கலந்து பழகுவதில் பின்பற்ற வேண்டிய பண்பாடுகள் பலவாகும். அவற்றைத் திரும்பத் திரும்ப அழுத்தமாகக் கூறுகிறது ஆத்திசூடி.

'இணக்கமறிந்து இணங்கு' என்பது இதில் கருத வேண்டிய ஒன்றாகும். உலகில் பிறருடன் பழகும் பொழுது, நாம் அவருடன் இணங்கத்தக்க பண்புகளும் அவரிடம் இருக் கும்; அவர் நம்முடன் இணங்கத்தக்க இயல்புகளும் நம்மிடம் இருக்கும். எனவே, முற்றிலும் இருவர் கருத்தும் ஒரே மாதிரி யாய் எல்லா நேரத்தும் எல்லா இடத்தும் அமையா. அதனால் 'இணக்கமறிந்து இணங்க வேண்டும்'.

யார் யாருடன் எவ்வாறு, எந்த அளவு, எச்சூழலில், எந்த எந்த நிலைகளில் இணங்க முடியுமோ, அந்தந்த அளவு இணங்கி வாழ்வதாலேதான் உலகியல் நடக்கிறது. இதனை ஒரு வரையறைத் (Formula) திட்டமாகக் கொண்டு துறைதோறும் இணைத்துப் பார்க்க இடமுண்டு. குடும்பத்திலும் கணவன் - மனைவி இருவரும் இணக்கமறிந்து இணங்கிப் போக வேண் டும். அலுவலகத்தில் பலர் கூடி வேலை பார்க்குமிடத்தும் அவ்வாறுதான் நடந்து கொள்ள வேண்டும்.

இருவர் பழகுமிடத்து, உரையாடலும் பேசுதலும் எடுத்து உரைத்தலும் வாதித்தலும் சான்று பகர்தலும் சொற்பொழிதலும் என வாய்ப் பேச்சுக்குரிய இடம் மிகப் பலவாகும். 108 சூடி களைக் கொண்ட இச்சிறு நூலில், பேச்சுத் தொடர்பு பற்றி 16 சூடிகள் உள. 'உடையது விளம்பேல்', 'வல்லமை பேசேல்', 'வாது முற்கூறேல்' என்பன தற்காப்புப் பற்றியன. 'கண்டொன்று சொல்லேல்', 'வஞ்சகம் பேசேல்', 'ஓரஞ் சொல்லேல்', 'பழிப்பன பகரேல்' என்பன தீங்கு மொழிதல் கூடாதென்பன. 'ஞயம்பட உரை', 'மொழிவது அறமொழி' என்பன பேச்சுத் திறம்படப் பேசுக என வழிகாட்டுவன. 'சொற் சோர்பு படேல்', 'பிழைபடப் பேசேல்' என்பன பேச்சில் பிழை நேர்தல் நம்மைத் தோல்வியுற வைக்கும் என்று கூறுவன. 'நொய்ய உரையேல்' *(அற்பமானவற்றைப் பேசாதே)*, 'சித்திரம் பேசேல்' *(வாக்குச் சாதுரியத்தை மிகைபடப் பயன்படுத்திப் பேசுதல்)*, 'சுளிக்கச் சொல்லேல்' *(கேட்பவர் முகம் சுளித்து வருந்துமாறு பேசுதல்)*, 'மிகைபடச் சொல்லேல்' *(எதையும் ஆயிரம் காலே மாகாணி என்பது போல் மிகையாகத் தோற்றும்படி பேசுதல்)*, 'வெட் டெனப் பேசேல்' *(வெட்டொன்று துண்டு இரண்டெனத் துண்டித்துப் பேசுதல்)* என்பன பிறர் மனம் நோகுமாறும் வெறுக்குமாறும் பேசாமல் காப்பாற்றும் முயற்சியாகும்.

இங்ஙனம் கூறிய இவ் ஆத்திசூடி மேலும் மேலும் எண்ணிப் பார்க்கத்தக்க அறிவுரைகள் அடங்கியதாகும்.

கல்வியும் நடைமுறை வாழ்வும்

'எண்ணெழுத் திகழேல்', 'ஓதுவ தொழியேல்', 'இளமையிற்கல்', 'நூல்பல கல்', 'வித்தை விரும்பு' எனக் கல்வியைப் பல கோணங்களில் வற்புறுத்துகிறார் ஔவையார்.

'மெல்லினல்லாள் தோள் சேர்' என்பது மனைவியிடம் கூடி வாழச் சொல்கிறது. 'மை விழியார் மனையகல்' என்பது பரத்தையர்கள் வாழும் வீட்டுப் பக்கம் போகாதே என எச்சரிக் கிறது. 'தையல் சொற் கேளேல்' என்பது அரசியலில் காம வயப் பட்டு, பெண் சொற் கேட்டு ஆடி, நாட்டைச் சீர்குலைப்ப வர்களுக்குக் கூறியது. திருக்குறளில் 'பெண் வழிச் சேறல்' என்ற அதிகாரம் அரசியல் சார்ந்த நட்பியலில் வைக்கப்பட்டிருப்பது சிந்தனைக்குரியது. வசந்த சேனை போல நாட்டையே, காம வயப்பட்ட மன்னனைக் கொண்டு ஆட்டிப் படைத்தவர்கள் உண்டு. அது கூடாதென்பதை மனங்கொண்டு கூறிய அறம் அது.

ஙகர மெய் ஒன்றே பயன்பட்டு, உயிர்மெய்யில் ஙகர வரிசையைக் காப்பாற்றுகிறது. அகர வரிசைப்படி அமைந்த சூடி நூலில் ஙகரம் போல், சுற்றத்தைக் காப்பாற்றி வாழ் என உவமை சொல்லியிருப்பது ஔவையின் நுண்மாண் நுழை புலத்தைக் காட்டுகிறது. அகர வரிசைப்படி அமைந்ததொரு நூலில் 'ஙப்போல்' என உவமை வந்திருப்பது பொருத்தமே. சங்க ஔவையாயினும் இடைக்கால ஔவையாயினும் உவமை யில் ஒரு தனித் தன்மை இருக்கும்.

'கைவினை கரவேல்' என்ற தொடர், பல கைத்தொழில் கள், கைமருத்துவம் போல்வன பிறரறியாமல் மறைக்கப்பட்ட தால், காலப்போக்கில் மறைந்தொழிந்ததை நினைப்பூட்டி, அங்ஙனம் மறைக்காதீர் என நாட்டு நலம் கருதிப் பேசுகிறது.

'வேண்டி வினை செயேல்' என்பது சதித் திட்டமிட்டு ஏதேனும் ஒன்றை அடைவான் வேண்டி, காரியங்களைப் பிறர் நலங்கருதிச் செய்வது போல் காட்டிச் செய்வதைக் கண்டிக் கிறது. நம் அரசியல்வாதிகள் ஏழைகளுக்காக விடுகிற கண்ணீர், சில நாடக பாணிச் செயல்கள் எல்லாம் அவர்களுடைய வாக்குகளை ஏமாற்றி வாங்குவதற்கேயன்றோ? இதுவே 'வேண்டி

வினை செய்வதாகும்'. இதனால் பொது நலம் அழியும் என்பது உறுதி.

தொடை நயமும் ஓசை நயமும்

சூடிகள் ஒவ்வொன்றும் இரண்டு இரண்டு சொற்சீர்களால் ஆனவை. சொல்லே சீராக நிற்பதுதான் சொற்சீர். கல், மற என ஓரசையாயினும் இலவம், நன்றி, இடம்பட என ஈரசை யாயினும் திருந்தச் செய், புகழ்ந்தாரை எனச் சிலபோது மூவசை யாயினும் சொல் வடிவங்களாகவே நிற்பன இவை. பெரிதும் மோனை நயம் அமையக் கூறினும், பொருட் சிறப்புக்கே முதல் இடம் தந்து மோனையைக் கைவிடவும் காண்கிறோம். 'கைவினை கரவேல்' என்றாலும் 'நன்றி மறவேல்' என்றாலும் தொடை நயத்துடன், சமநிலையாய் இசைக்கும் ஓசைச் சந்த நயமே ஆத்திசூடியின் உயிர்நாடியாக ஒலிக்கிறது.

ஆத்திசூடி வெண்பா, ஆத்திசூடிப் புராணம் என்ற பல நூல்கள் இது என விளக்க நூல்களாகத் தோன்றின. பாரதியார் முதல் பல பாவலர்கள் புதிய ஆத்திசூடிகள் பாடியுள்ளனர். இவை அனைத்தும் இம்முதல் 'சூடி'யின் சிறப்பேயாகும்.

கொன்றை வேந்தன்

பழைய உரைமேற்கோள்கள் அனைத்திலும்,

'கொன்றை வேய்ந்த செல்வன் அடியினை
என்றும் ஏத்தித் தொழுவோம் யாமே'

என்றே காணப்படுகிறது. கொன்றை மாலையை அணிந்த சிவ பெருமானையே இது குறிக்கும். ஆத்தி, கொன்றை என அழுத்த முறத் தொடங்கப் பெற்ற இவை, சிவ வணக்கங்களேயன்றிப் பிள்ளையார் வணக்கங்கள் ஆகா. இவற்றையும் வினாயக வணக்கமாக்க முயலுதல் கவிப் போருக்கு இயைபுடையதாய் இல்லை. 'கொன்றை வேய்ந்த செல்வன்' என்ற தொடரே, கொன்றை வேந்தன் எனச் சுருக்கங் கருதி ஆளப்பட்டு நூற் பெய ரானது. சிலர் இதை 'அன்னையும் பிதா' என முதல் அடியைக் கொண்டும் பெயரிட்டு அழைத்துள்ளனர். இவ்விரண்டு கடவுள் வாழ்த்துக்களிலும் 'ஏத்தித் தொழுதல்' ஒருபடித்தாக இருப் பினும் கருதத் தக்கது.

'திருமாலுக்கடிமை செய்', 'சிவத்தைப் பேணின் தவத்திற் கழகு' என்று கூறும் இந்நூல்கள் ஆத்திசூடி, கொன்றை வேந்தன் எனச் சிவப் பெயரால் தொடங்கி, அவ்வாறே அழைக்கப்பட்டமை வியப்பன்று. மேலும் நீதிநூல் வரலாற்றில் சமணச் சார்புக்கு அதிக இடமிருந்ததை, ஔவையின் வாக்குகளே மாற்றி அமைத் தன என்பதும் நினைவு கூர்தற்குரியது.

கொன்றை வேந்தனும் ஆத்திசூடி போல் தமிழ் மொழி முதல் எழுத்துக்களின் வரிசைப்படி அமைந்ததாகும். முன்னே சூடிக்குச் சொன்னபடி அமையினும், மெய் பதினெட்டும் தனியே அங்கு இடம் பெற, கொன்றையில் அவற்றினை விட்டு விட்டார் ஔவையார். உயிர் 12, ஆய்தம் 1, ககர வரிசை 12, ச, த, ந, ப, ம, வ வரிசைகள் ஒவ்வொன்றும் 11 *(6 x 11 = 66)* ஆக 91.

கொன்றை வேந்தன் நான்கு சொற்சீர் கொண்ட முழு அடி களால் ஆனது. நாற்சீர் கொண்டது அடியெனப்படும். இதனால் ஐந்தில் மட்டும் பொழிப்பு மோனை அமைய, எஞ்சிய அனைத்தும் வழியெதுகையமைந்து இன்னிசை நயம்பட வழங்கு கின்றன. அதனால் ஒரு முறை சொன்னாலே நினைவில் நிற்கும் கட்டமைப்பும் உடையதாகிறது.

சிலபோது இக்கட்டமைப்பு பழமொழிகளை ஒத்திருக்கக் காணலாம். 'ஆடிக் காத்தில் அம்மியும் பறக்கும்', 'அகல இருந்தால் நிகள உறவு', 'கிட்ட இருந்தால் முட்டப் பகை' என்னும் பழமொழிகளைக் காண்க. இதனால் பல கொன்றை சூடிகலைக் கல்லாதோர் வாக்கிலும் பெருவழக்காகக் காணலாம்.

'ஊருடன் பகைக்கின் வேருடன் கெடும்'
'கற்பெனப் படுவது சொற்றிறம்பாமை'
'கிட்டாதாயின் வெட்டென மற'
'குற்றம் பார்க்கின் சுற்றம் இல்லை'
'சூதும் வாதும் வேதனை செய்யும்'
'திரைகடலோடியும் திரவியம் தேடு'
'நாடெங்கும் வாழக் கேடொன்றும் இல்லை'

இவ்வாறே சொல்லிப் பார்த்தால், மக்கள் மனத்தில் பதிந்து, நீங்கா நினைவில் நின்று, நாவில் களிநடம் புரியும் இத் தொடர்களின் அருமை புலனாகும்.

சில கொன்றை சூடிகள் ஆத்திசூடியின் விரிவாகவும் விளக்கமாகவும் அமையக் காணலாம்.

'நைபவர் எனினும் நொய்ய உரையேல்'

'மைவிழி யார்தம் மனைஅகன் றொழுகு'

இவை 'நொய்யவுரையேல்' 'மைவிழியார் மனையகல்' என்ற ஆத்திசூடிகளின் விரிவாகவும் விளக்கமாகவும் அமைதல் காணலாம். ஆத்திசூடி, கொன்றை வேந்தன் இரண்டையும் முழுவதும் ஒப்பிட்டுக் கற்பார்க்கு மேலும் தெளிவு பெற வாய்ப்பு உண்டு.

குறள்வழி மரபு

இவை பல திருக்குறட் சிந்தனை வழிப்பட்டவை. சொல்லாலும் தொடராலும் திருக்குறளை நினைபூட்டுமிடங்கள் பலவாகும்.

'எண்ணென்ப ஏனை எழுத்தென்ப இவ்விரண்டும்
கண்ணென்ப வாழும் உயிர்க்கு' *(392)*

இதனை இரத்தினச் சுருக்கமாக்கி, 'எண்ணும் எழுத்தும் கணணெனத் தகும்' னும் கொன்றைசூடி; 'எண்ணெழுத் திகழேல்' என இன்னும் சுருக்கும் ஆத்திசூடி.

'பிறர்க்கின்னா முற்பகல் செய்யின் தமக்கின்னா
பிற்பகல் தாமே வரும்' *(219)*

'முற்பகல் செய்யின் பிற்பகல் விளையும்' என்பது, குறட் கருத்தை எத்துணை அழகாகப் பொருளையும் விடாமல் சுருக்கித் தருகிறது.

'ஓதலின் நன்றே வேதியர்க்கு ஒழுக்கம்'

என்ற கொன்றை சூடி, 'மறப்பினும் ஓத்துக் கொளலாகும் பார்ப்பான், பிறப்பு ஒழுக்கம் குன்றக் கெடும்' *(134)* என்ற குறட் கருத்தின் பிழிவாயமைதல் ஒப்பிட்டுப் படித்து மகிழத் தக்க தன்றோ? இதுபோலும் குறள்வழிச் சூடிகள் இரண்டிலும் நிரம்பக் காணப்படுகின்றன.

உலகியல்

ஆத்திசூடி போலவே கொன்றை வேந்தனிலும் உலகியலும் நடப்பு வாழ்வியலும் உணர்த்தும் சூடிகள் பலவாகும்.

'சேமம் புகினும் யாமத் துறங்கு'

ஏதேனும் நற்காரியத்திற்காக இரவு முழுதும் விழிக்க நேரிட்டாலும் நடு யாமத்தில், சிறிது நேரமாவது கண்ணயர வேண்டுமாம்.

'தோழனோடும் ஏழமை பேசேல்'

நம் தோழன்தானே என்று நம் இயலாமை, எளிமை, வறுமை முதலியவற்றைப் பேசுதல் கூடாது. அதனால் நம் மதிப்பு குறையும்; காரியங் கெடும்.

'தேடாது அழிக்கின் பாடாய் முடியும்'

முதலைக் காலி செய்தால் வாழ்க்கை தள்ளாடும்.

'போனகம் என்பது தானுழந்து உண்டல்'

தான் வருந்தி உழைத்துத் தேடியதை உண்ணும் போதுதான் அது இனிய உணவாக இருக்கும்.

'தெண்ணீர் அடுபுற்கை யாயினும் தாள்தந்தது
உண்ணலின் ஊங்கினிய தில்' (1065)

என்ற வள்ளுவர் வாக்கின் எளிமையாக்கமே கொன்றை குடியாதல் காண்க. 'வளவ னாயினும் அளவறிந்து அழித்து உண்' என்று செல்வத்தைச் சிதற விடாது காப்பாற்றச் சொல்கிறார் ஔவை யார். அஃகமும் *(உணவுப் பொருள்கள்),* 'காசும் சிக்கெனத் தேடு' எனத் தூண்டுகிறாரே!

'நீரகம் பொருந்திய ஊரகத்திரு'
'பாலோ டாயினும் காலமறிந்துண்'
'மெத்தையில் படுத்தல் நித்திரைக் கழகு'
'ஒத்தவிடத்து நித்திரைகொள்'

இவை போல்வன நீதி வாக்கியங்கள் என்பதை விட, அனுபவமுடையார் இளையோர்க்கு நலமாக வாழ வழி காட்டுவன போல் உள்ளன. காடும் மேடும் சுற்றித் திரிந்தவர் இலவம் பஞ்சில் துயிலவும், மெத்தையிற் படுக்கவும் தூண்டு கிறார். புதிய இடமாயினும் மனத்திற்குப் பொருந்திய இடத் திலேதான் உறக்கம் வரும். இயல்பான இம்மனநிலையையே இது காட்டுகிறது. வீட்டினுள்ளேயே இடம் மாறிப் படுத்தால் நமக்கு உறக்கம் கெடுவதுண்டு அல்லவா?

'கோட்செவிக் குறளை காற்றுடன் நெருப்பு'

கவிநயம் மிக்கத் தொடரிது. கோட் செவி - கோள் கேட்கும் செவி; குறளை - பிறர் மீது சொன்ன கோள்; இரண்டும் சேர்வது காற்றுடன் நெருப்பு சேர்வது போலாம். பற்றி எரிந்து பெருகி அழியும் என்பதாம்.

'பேதைமை என்பது மாதர்க்கு அணிகலம்'

மடம் என்பதிது. தெரிந்தும் தெரியாதது போல் இருக்கும் நிறையுடைமை. ஆண்களும் முந்திரிக் கொட்டை போலாது இவ்வாறு அடக்கமுடையராதல் நல்லதே. ஆனால், பெண்களுக்கு இது இயல்பாக அமைந்தது. அச்சம், மடம், நாணம், பயிர்ப்பு என்பன பெண்கள் 'தன்னைத்தான் கொண்டொழுகும்' தற்காப்புக் கருவிகள். பின்னாளில் அவை தவறாக விளங்கிக் கொள்ளப்பட்டன.

'சொக்கர் என்பவர் அத்தம் பெறுவர்'

'சோம்பர் என்பவர் தேம்பித் திரிவர்'

'தந்தைசொல் மிக்க மந்திரமில்லை'

'தாயிற் சிறந்தொரு கோயிலுமில்லை'

இங்ஙனம் அடுத்தடுத்து வருபவற்றில் ஓர் இயைபு இருத்தலையும் காணலாம்.

புதுமை

கொன்றை வேந்தனில் பல புதுமைகளும் மானுட முன்னேற்றச் சிந்தனைகளும் நிரம்பவுள. இருள் சூழ்ந்த உலகியல் வாழ்வாங்கு வாழ விரும்புவார்க்கு ஒளி நல்கும் சின்னஞ்சிறு கைவிளக்குகள் இவை எனலாம்.

'கற்பெனப் படுவது சொல்திறம்பாமை'

கல் - மனத் திண்மை, உறுதி. சொன்ன சொல் மாறாது நடத்தலே கற்பாகும். **'ஒருவனைப் பற்றி ஓரகத்திரு'** - என்பது கன்னிப் பெண்ணுக்குச் சொல்லப்பட்டது. திருமணமே வேண்டாம் என்று சுதந்திரமாக இன்று வாழ நினைக்கும் பெண்கள் படித்து மனனம் செய்ய வேண்டிய வாசகம் இது.

'கிட்டாதாயின் வெட்டென மற'

நம்மைப் புதுப்பித்துக் கொள்ள, புதிய வேறு திசையில் ஊக்கப்படுத்த உதவுவது. **'தோற்பன தொடரேல்'** என்ற சூடியை எண்ணுக.

'சீரைத் தேடின் ஏரைத் தேடு'

'தொழுதூண் சுவையின் உழுதூண் இனிது'

'மேழிச் செல்வம் கோழை படாது'

ஔவைக்கு உழவிலும் உழைப்பிலும் இருந்த பெரு நம்பிக்கை பல இடங்களில் வெளிப்படுகிறது.

'பீரம் பேணி பாரந்தாங்கும்'

பீர் - தாய்ப்பால்; தாய்ப் பாலால் பேணி வளர்க்கப்பட்டவன் உடல் உறுதியுள்ளவன் ஆவானாம்; எந்தச் சுமையையும் தாங்கும் வலிமை பெறுவானாம்.

'பையச் சென்றால் வையம் தாங்கும்'

பதறாமல் காரியமாற்றினால், வையமே அவனை ஏற்றுப் போற்றும். பதறாத காரியம் சிதறாது அல்லவா? 'எறும்பூரக் கற் குழியும்'தானே? பைய நடந்தால் பாதச் சுவடுகள் மண்ணில் பதியும். அமைதியாய் வாழ்வோரே அழுத்தமான வாழ்வு வாழ்வர்.

'மீகாமன் இல்லா மரக்கலம் ஓடாது'

ஒரு நாட்டிற்குச் சரியான தலைமகன் வாய்க்கவில்லையேல் நாடு அல்லற்பட்டு, அலைக்கழியும் என்பதாம். மீகாமன் என்பவன் மரக் கலத்தை ஓட்டவல்ல கலைகற்ற, அனுபவம் உள்ள ஒருவனாவான்; நினைத்தவரெல்லாம் மீகாமனாக முடியாது; கப்பல் கவிழ்ந்து விடும். நாட்டை நல்ல திசையிற் செலுத்தவும் தக்க மீகாமன் வேண்டுமென்பது இதனால் பெறப் பட்டது.

இங்ஙனம் கொன்றை வேந்தனில் பல சூடிகள் மக்கள் நினைவலைகளில் ஓடும் நிழற் படங்களாயின. அதற்கு அவற்றின் சமநிலைப்பாடான இன்னோசை அமைப்பும், அன்றாட வாழ்வியல் சார்ந்த பட்டறிவுக் கருத்துரைகளுமே காரணமாகும்.

மூதுரை

காட்சி, கருதல், உவமை முதலிய அளவைகளால் ஒரு கருத்தை ஆய்ந்து நிலை நாட்டுதல், காலத்தால் முற்பட்ட அளவை

நீதிநூல் ஔவையார் 69

நூன்முறைகளாகும். நீதிநூலார் தாம் கூற வந்த அறக் கருத்துக்கள் உண்மையானவை, பயனை விளைவிப்பவை என்பவற்றை நிலைநாட்ட இவ் அளவைகளையும் பயன்படுத்தினர். இதனால் அவர்களது கவிதை வளமும் கருத்து வளமும் சிறந்தன.

இயற்கையைக் காட்டி அறத்தைச் சொல்வதும் உலகியலில் பழகிப் போன ஒன்றை உவமை சொல்லி நீதியை நிலை நாட்டுவதும் கண்டும் கேட்டிருந்தும் நன்கு உணராத புதுப்புதுச் செய்திகளைச் சான்றாக்கி அறங்கூறி நம்மை வியக்க வைப்பதும் தமிழ் நீதிநூல்களின் போக்காகும்.

செய்ந்நன்றியை வற்புறுத்துவர். மூதுரை, பெயருக்கேற்ப அறிவு அனுபவ முதிர்ச்சிகளைக் காட்டுவதாகலின், நன்மை செய்தவன் அதற்குப் பதிலாக எதிர் நன்றியை எதிர்பார்க்க வேண்டுமென்பதில்லை எனக் கூறுகிறது. ஏனெனில், அதன் பயன் என்றேனும் ஒரு நாள் திரும்பத் தானே வந்து சேரும்; அது வேறு வழியிலும் வந்து சேரும். தென்னை மரம் அடி வேர்களின் வழி உறிஞ்சிய தண்ணீரை, அதன் வழியாகவே திரும்பத் தருவதில்லை. மேலே உச்சியில் இளநீர்களாகத் திரும்பத் தருகிறது. சாதாரண நீரைப் பருகி, இனிய இளநீரைத் தருகிறது. நாம் பிறர்க்குச் செய்த நன்மைகளின் பயன்களும் அவ்வாறு தாமே விளையும் என்பதாம்.

'நன்றி ஒருவற்குச் செய்தக்கால் அந்நன்றி
என்று தருங்கொல் என வேண்டா நின்று
தளரா வளர்தெங்கு தான்உண்ட நீரைத்
தலையாலே தான்தருத லால்'

மூதுரை முதுமை + உரை ஆகும். இங்கு முதுமை முதிர்ச்சி. முதுமை அறிவுடைமையுமாம். முன்பு 'சிறுமுதுக் குறைவி' என்றால் இளமையிலேயே அறிவு மிக்கவள் என்று பொருள். 30 பாடல்கள் கொண்டது மூதுரை. விநாயகர் வணக்கம் 'வாக்குண்டாம்' என்று தொடங்குகிறது. நல்வழி 40 பாடல்கள் கொண்டது. அதன் கடவுள் வாழ்த்தும் வினாயக வணக்கமே. மூதுரை கடவுள் வணக்கத்தின் முதற்சீரின் அடிப்படையில் 'வாக் குண்டாம்' என்றும் அழைக்கப்பட்டது. முன்னைய ஆத்திசூடி, கொன்றை வேந்தன் இரண்டும் சிவ வணக்கமாய் அமைய, இவை இரண்டும் வினாயக வணக்கமாய் அமைகின்றன. இதனால் இவை வேறு வேறு ஆசிரியர்களால் பாடப்பட்டனவோ என்ற

ஐயமும் உண்டாகிறது. மூதுரை உலகியல் கூறி அறங்கரைகிறது. நல்வழி 'போகிற வழிக்குப் புண்ணியம் தேடுவது போல' நிலையாமை, ஊழ்வினை, உலக வெறுப்பு, வீடுபேற்றுக்கு வழி என இவ்வாறு பெரிதும் ஆன்மிகத் தொடர்பானவற்றைப் பேசு கிறது.

'நெல்லுக்கு இறைத்தநீர் வாய்க்கால் வழிஓடிப்
புல்லுக்கும் ஆங்கே பொசியுமாம் - தொல்லுலகில்
நல்லார் ஒருவர் உளரேல் அவர்பொருட்டு
எல்லார்க்கும் பெய்யும் மழை'

இவ்வெண்பாக் கருத்து, மக்களிடம் அடிக்கடி பேசப் படுதலைக் கேட்கிறோம். நெல்லுக்கு இறைத்த நீர் சிறிதேனும் புல்லுக்கும் பொசிகிறதாம்! நல்லவர் இருந்தால் அவ்வூரில் மழை பொழியும் என்ற நம்பிக்கை உளது. அவரால் எல்லோரும் பயனடைவர் என இது கூறுகிறது. 'உண்டாலம்ம இவ்வுலகம்' என்ற புறப்பாட்டு *(182)* 'தமக்கென முயலா நோன்தாள், பிறர்க் கென முயலுநர் உண்மையானே' எனச் செப்புவதை இவண் ஒப்பு நோக்கிப் பார்க்க வேண்டும்.

இடைக்கால உரையாசிரியர்கள் பலர் இப்பாடல்களில் ஈடுபட்டு எடுத்துக் காட்டியுள்ளனர். மக்கள் பழமொழி போல் வழங்கி, இவற்றைப் பயன்படுத்தியுள்ளனர். பள்ளிப் பிள்ளை கட்குத் தொடக்க வகுப்புக்களில் பாடமாய் விளங்கியதால், இவை 'கல் மேல் எழுத்துப் போல்' நெஞ்சிற் பதிந்து அவ்வப் போது எடுத்துக் காட்டப்பட்டு வந்துள்ளன.

ஔவை தமிழ் மக்களின் வீட்டுப் பெயராய்ப் புகழ் பெற்ற தற்கு இந்நீதிநூல்களே காரணமாகும்.

'கான மயிலாடக் கண்டிருந்த வான்கோழி
தானும் அதுவாகப் பாவித்துத் தானும்தன்
பொல்லாச் சிறகை விரித்து ஆடினாற் போலுமே
கல்லாதான் கற்ற கவி'

வான் கோழி எனப் போலிகளைப் பரிகசிக்கும் பழக்கம் எத்துணை ஆழமாகப் பரவியிருக்கிறது தெரியுமா? வான் கோழி மிகப் பிற்காலத்தில் இந்தியாவிற்குக் கொண்டு வரப்பட்டதென்ப தால், இப்பாடல்கள் பிற்காலத்தன என்பது சிலர் கருத்து. இது குறித்து அறிஞர் மு. அருணாசலம் குறிப்பிடுவது வருமாறு:

'ஆங்கிலேயர் இந்தியா வந்தது 16ம் நூற்றாண்டில்; அதன் பின்னர் 'டர்கி' எனப் பெயருள்ள இப்பறவை இந்நாடு வந்தது. ஆகவே இப்பாடலுள்ள நூல் மிகவும் பிற்காலத்தது என்பது ஒரு சாரார் கூற்று. உண்மை வேறு. டர்கி என்பது துருக்கி. துருக்கியர் இந்தியா வந்ததும் 10ம் நூற்றாண்டு என்பர். அப்போதே இப் பறவையும் துருக்கியர் வழியாக இங்கு வந்திருத்தல் வேண்டும்.''[1]

'குணமென்னும் குன்றேறி நின்றார் வெகுளி
கணமேயும் காத்தல் அரிது' *(29)*

சான்றோர்தம் கோபத்தைப் பிறர் தாங்கிக் கொள்ளுதல் அரிது என்றும், அக்கோபம் கணப்பொழுதில் மாறி விடும் என்றும் இதற்கு இருவகையாகப் பொருள் கூறுவர். இரண்டாவது பொருளே சிறந்தது என்பது போல மூதுரை விளக்குகிறது.

'கற்பிளவோடு ஒப்பர் கயவர்; கடுஞ்சினத்துப்
பொற்பிளவோடு ஒப்பாரும் போல்வரே - விற்பிடித்து
நீர்கிழிய எய்த வடுப்போல மாறுமே
சீர்ஒழுகு சான்றோர் சினம்'

கல் பிளந்தால் சேராது; பொன் பிளந்தால் பின்பு இணைக்க முடியும்; சான்றோர் சினமோ தண்ணீரில் அம்பு பாய்ந்து உண்டாக்கிய வடு உடனே மறைவது போல், மறைந்து விடும். கற்பிளவு போன்றவர் கயவர்; பொற் பிளவு போன்றவர் இடை யாவர். தலையாய சான்றோர் பிரிந்த அப்பொழுதே கூடுவர். அவர் சினம் உடனே தணிந்து விடும்.

'கற்றாரைக் கற்றாரே காமுறுவர். கற்பு இலா மூர்க்கரை மூர்க்கரே முகப்பர்.' இங்கு கற்பு என்பது மனத் திண்மை என்ற பொருளில் வந்துள்ளது. ஔவையார் 'கற்பெனப் படுவது சொல் திறம்பாமை' எனக் குறித்ததும் காணலாம். அவர் ஒரு புதுமைச் சிந்தனையாளர், புரட்சிச் சிந்தனையாளர் என்பதற்கு இவை சான்றாவன. மன்னனுக்குத் தன் தேசம் அல்லால் சிறப்பில்லை. 'கற்றோர்க்குச் சென்ற இடமெல்லாம் சிறப்பு.'

உடன்பிறந்தே கொல்லும் வியாதி. உடன்பிறவா மாமலை யில் உள்ள மருந்தே பிணி தீர்க்கும். அற்ற குளத்தினின்றும் அறுநீர்ப் பறவை போல், செல்வம் போனதும் நம்மை விட்டுப் போவாரே பலராவர்!

---

1. த.இ. வரலாறு, ஷெ. நூல், ப. 502.

அடக்கமுடையாரை அறிவிலர் என்று எண்ணக் கூடாது. ஏனெனில், 'ஓடுமீன் ஓட உறுமீன் வருமளவும், வாடி இருக்கு மாம் கொக்கு'. கவையாகிக் கொம்பாகிக் காட்டிலே நிற்பவை நல்ல மரங்கள் அல்ல; சபை நடுவே அரசாணையாம் நீட் டோலையை வாசிக்கின்றவனது குறிப்பறிய மாட்டாதவனே நல்ல மரமாவான்!

பழுக்கக் காய்ச்சினாலும் பால் சுவை குறைவதில்லை. சங்கு சுட்டாலும் வெண்மை நிறமே தரும். மேன்மக்கள் கெட் டாலும் மேன்மக்களே. அவர்களுடன்தான் நட்புக் கொள்ள வேண்டும். கீழ்மக்களுடன் நட்புக் கொண்டால் அவர்கள் நெடு நாள் நண்பர்களாக விளங்க மாட்டார்கள். இவ்வாறு வரும் மூதுரைகள் ஒவ்வொன்றும் மிகப் பயனுடையவை ஆகும்.

நல்வழி

நாற்பது பாடல்களையுடைய நல்வழியின் கடவுள் வணக்கப் பாடலில் ஔவையார், பிள்ளையாரிடம் 'சங்கத் தமிழ் மூன்றும் தா' எனக் கேட்கிறார். எனவே, இவர் சங்ககால ஔவையார் அல்லரென்பது தெளிவு.

நல்வழியும் மக்களிடையே எளிதில் வழங்கி, என்றென் றும் நினைவு கொள்ளும்படியான பாடல்கள் அடங்கியது. 'சாதி இரண்டொழிய வேறில்லை' என்பதைச் சாதிக்குள்ளே உழல்பவ ரெல்லாம் சொல்லிக் கொண்டுதான் இருக்கிறார்கள். 'இட்டார் பெரியோர்; இடாதார் இழிகுலத்தோர்', 'துஞ்சுவதே மாந்தர் தொழில்' என்றும், 'சாதுதணையும் சஞ்சலமேதான்' என்றும் பாடுவதாலும் வினைப் பயன், விதி என ஆறுதல் தேடும் வார்த்தைகளையே கூறுவதாலும் நல்வழி ஔவையாரின் அகவை முதிர்ந்த காலத்தில் பாடப்பட்டது போலும்!

'''நீறு இல்லா நெற்றி பாழ்'; 'சிவாய நம' என்று சிந்தித்து இருப்போர்க்கு அபாயம் ஒரு நாளும் இல்லை'' எனத் தெளி வாகச் சிவநெறியைப் பாடுகிறார் ஔவையார்.

'தேவர் குறளும் திருநான் மறைமுடிவும்
மூவர் தமிழும் முனிமொழியும் - கோவை
திருவாசகமும் திருமூலர் சொல்லும்
ஒருவா சகமென் றுணர்'

இவர் தமிழ் நூல்களிடத்தும் வடமொழிச் சாத்திரங் களிலும் கொண்டிருந்த பற்றும் பயிற்சியும் இதனால் விளங்கும்.

'ஆண்டாண்டு தோறும் அழுது புரண்டாலும்
மாண்டார் வருவரோ மாநிலத்தீர்!'

'பாடுபட்டுத் தேடிப் பணத்தைப் புதைத்து வைத்து
கேடுகெட்ட மானிடரே கேளுங்கள்'

'பசிவந்திடப் பத்தும் பறந்து போம்'

'இழுக்குடைய பாட்டிற்கு இசை நன்று'

கேட்கும் ஒவ்வொருவர் உள்ளத்திலும் நாவிலும் எதி ரொலித்த வண்ணமிருக்கும் இத்தகைய அடிகள் பலவாகும்.

'பத்தும் பறந்து போகும்' என்றால் எவை பத்தும் என அறியாதாரும் இத்தொடரைச் சொல்லிய வண்ணம் உள்ளனர்.

'மாணம் குலம்கல்வி வண்மை அறிவுடைமை
தானம் தவம்உயர்ச்சி தாளாண்மை தேனின்
கசிவந்த சொல்லியர்மேல் காமுறுதல் பத்தும்
பசிவந்திடப் போம் பறந்து'

'ஏவா மக்கள் மூவா மருந்து' என்ற கொன்றை வேந்த னுக்கு விளக்கம் தருகிறது ஒரு நல்வழிப் பாடல்.

'பூவாதே காய்க்கும் மரமுமுள; மக்களும்
ஏவாதே நின்றுணர்வார் தாமுளரே; தூவா
விரைத்தாலும் நன்றாகா வித்தெனவே பேதைக்கு
உரைத்தாலும் தோன்றாது உணர்வு'

எதையும் மிக அழுத்தமாக, ஆணி அறைந்தாற்போற் சொல்வது 'நல்வழி' இயல்பு.

'நண்டுசிப்பி வேய்கதலி நாசமுறும் காலத்தில்
கொண்ட கருஅளிக்கும் கொள்கைபோல் - ஒண்தொடீஇ!
போதம் தனம்கல்வி பொன்றவரும் காலம்அயல்
மாதர்மேல் வைப்பார் மனம்'

நாசமுறுகிற காலத்திலேதான் இவை கருவை உண்டாக்கிக் கொள்ளுமாம். அதாவது கருத் தோன்றினாலே தாய் நண்டு முதலியன அழியப் போகின்றன என்று உறுதியாகிறது. இது பிற்காலத்தில் பலரால் எத்தனையோ இடங்களில் எடுத்தாளப் படுகிறது.

எல்லாச் சமயத்தவர்க்கும் உடன்பாடான பொதுக் கருத்து எது என்பதைச் சொல்லித்தான் நல்வழி தொடங்குகிறது.

'புண்ணியம் ஆம்; பாவம் போம்'

எனவே, எச்சமயத்தோர் சொல்லும், 'தீது ஒழிய நன்மை செயல்!' என்பதேயாம்.

'போன பிறப்பில் — போன நாட்களில் — செய்த அவையே மண்ணில் பிறந்தார்க்குச் சேமித்து வைத்த பொருளாகும்!' இதனையே 'அன்று இடார்க்கு இன்று வெறும் பானை பொங்குமோ மேல்?' என்றும் வினாவெழுப்பிக் கேட்கின்றார். புண்ணியத்தை - அறத்தை - நன்மையைச் சேமித்து வைத்துக் கொள்ளச் சொல்கிறார்.

'ஆன முதலில் அதிகம் செலவானால்
மானம் அழிந்து மதிகெட்டுப் போனதிசை
எல்லார்க்கும் கள்ளனாய் ஏழ்பிறப்பும் தீயனாய்
நல்லார்க்கும் பொல்லனாம் நாடு'

சிலருக்கு இதமாய்ச் சொன்னால் சென்று சேராது நன்கு உறைக்கும்படி அடித்துச் சொல்ல வேண்டும். நல்வழிப் பாடல்கள் அறத்தை அறைந்து, நம்மை நல்வழியில் பிடர் பிடித்து உந்துபவை!

'தாம்தாம் செய்த வினை தாமே அனுபவிப்பர்.'

'உள்ளதொழிய, ஒருவர்க்கு ஒருவர் சுகம்
கொள்ளக் கிடையா'

என வினைப் பயனை அவரவரே அனுபவிக்க வேண்டுமென்ற விதியை நல்வழி அடிக்கடி நினைவூட்டுகிறது.

முன்னைய திருக்குறளும் பிற அற நூல்களும் சொல்லிய அறங்களையே சொன்னாலும், அதை எளிய முறையில் இது சொல்கிறது. பாமர மக்களும் கேட்டு அறிந்து மனத்தில் பதிவித்துச் சொல்லிச் சொல்லிப் பழகுமாறு அமைந்தவை ஔவை வாக்குகள்!

அதனால்தான் 'ஔவை வாக்கு தெய்வ வாக்கு' என்றனர் மக்கள்! இங்ஙனம் நீதிநூல்களில் மட்டுமல்லாமல், ஔவையார் அவ்வப்போது தனிப்பாடல்களாகப் பாடியன என்று காணப்படுவனவும் சிறந்த நீதியுரைக்கும் வெண்பாக்களாகக் காணப்படு

கின்றன. அவற்றை ஔவையார் வரலாறு கூறும் நூல்களிலும் தனிப்பாடல் திரட்டிலும் படித்து மகிழலாம்.

நீதி வெண்பாக்கள்

உலகில் தலையாய சிலர் பூவாமலே காய்க்கும் பலாப் போல வெளியே சொல்லாமலே நன்மை செய்வர். சிலர் பூத்துக் காய்க்கும் மாமரத்தைப் போலச் சொல்லி விட்டுப் பிறகு சொல்லியவாறு உதவி செய்வர். கடையாயவரோ பூத்தும் காய்க் காத பாதிரி மரத்தைப் போலச் சொல்லி விட்டுப் பிறகு செய் யாமலே விட்டு விடுவர்.

‘சொல்லாம லேபெரியர் சொல்லிச் சிறியர் செய்வர்
சொல்லியும் செய்யார் கயவரே - நல்ல
குலாமாலை வேற்கண்ணாய்! கூறுவமை நாடின்
பலாமாவைப் பாதிரியைப்பார்!’

சில பண்புகளும் கல்வியும் தனித்திறன்களும் எவ்வாறு அமைகின்றன என்பதை ஒரு வெண்பா தெளிவாக விளக்கு கிறது.

‘சித்திரமும் கைப்பழக்கம் செந்தமிழும் நாப்பழக்கம்
வைத்ததொரு கல்வி மனப்பழக்கம் - நித்தம்
நடையும் நடைப்பழக்கம் நட்பும் தயையும்
கொடையும் பிறவிக் குணம்’

யாருக்கும் யாரும் இளைத்தவர் அல்லர். ஒவ்வொரு வருக்கும் ஒவ்வொரு திறனுண்டு. யாரும் ‘நாம் இதில் வல்லவ ரல்லவே’ எனச் சோர்வடைய வேண்டியதில்லை. நமக்கு எது கைவரும் துறை எனக் கண்டுபிடிக்க வேண்டும். ஊற்றுள்ள இடத்தைக் கண்டுபிடித்து விட்டால், பிறகு தண்ணீருக்குக் குறைவே இல்லை. பலர் ஊற்றிருக்குமிடம் தெரியாமல்தான் ஏழையாய் இருக்கிறார்கள்.

‘வான்குருவியின் கூடு வல்லரக்குத் தொல்கரையான்
தேன்சிலம்பி யாவர்க்கும் செய்யரிதால் - யாம்பெரிதும்
வல்லோமே என்று வலிமைசொல வேண்டாங்காண்
எல்லார்க்கும் ஒவ்வொன் றெளிது’

எளிய பேச்சுநடைத் தமிழில், மரபு வழுவாமல் கவிபாட முதன்முதலில் கற்றுத் தந்தவர் ஔவையேயாவார். கற்றோரவை யில் பேசுதல் எளிதன்று.

'காணாமல் வேணதெல்லாம் கத்தலாம் கற்றோர்முன்
கோணாமல் வாய்திறக்கக் கூடாதே - நாணாமல்
பேச்சுப்பேச் சென்னும் பெரும்பூனை வந்தக்கால்
கீச்சுக்கீச் சென்னும் கிளி'

யாரை யாரை எவ்விடத்தில் புகழ்தல் வேண்டும்? வேலைக்காரனை வேலை முடிவில் தான் பாராட்ட வேண்டும். முதலிலேயே பாராட்டத் தொடங்கி விட்டால் வேலை பழுதாகி விடும். இது அனுபவம். பிள்ளைகளை நெஞ்சினுள் மட்டுமே பாராட்ட வேண்டும். வெளிப்படச் சொன்னால் தலைக்கு மேல் ஏறி விடுவர். மேலும் அவர்கள் முன்னேற்றமும் தடைப்படும்.

'நேசனைக்கா ணாவிடத்தில் நெஞ்சார வேதுதித்தல்,
ஆசானை எவ்விடத்தும் அப்படியே, - வாச
மனையாளைப் பஞ்சணையில், மைந்தர்தமை நெஞ்சில்
வினையாளை வேலைமுடி வில்!'

எதற்கு அல்லது எவர்க்கு எது கடினம் என்பதை ஒரு பாட்டு அழகாகச் சொல்கிறது. பிள்ளைத் தமிழில் அம்புலிப் பருவம் பாடுவது, புலியைக் கண்டது போல் அச்சந் தருவ தாகும். உலாப் பிரபந்தத்தில் பெதும்பைப் பருவம் பாடுவது கடினம். ஆசுகவி வண்ணம் பாடுவது கடினம். வெண்பாப் பாடு வது புலவர் எல்லோர்க்கும் புலி போல்வதாம்.

'காசினியில் பிள்ளைக் கவிக்குஅம் புலிபுலியாம்,
பேசும்உலாவில் பெதும்பை புலி - ஆசு
வலவர்க்கு வண்ணம் புலியாம்மற் றெல்லாப்
புலவர்க்கும் வெண்பாப் புலி'

அறம், பொருள், இன்பம், வீடு நான்கும் வர ஔவை ஒரு பாடல் புனைந்துள்ளார். அதில் 'காதல் இருவர் கருத்தொருமித்து ஆதரவு பட்டதே இன்பம்' என வருவது பலரது நெஞ்சையும் ஈர்க்கும் தொடராகும். அதுபோல் தமிழக நாடுகளின் தனிச் சிறப்பைக் கூறும் பாடல் ஒன்று அனைவராலும் அடிக்கடி எடுத்தாளப்படுவதாகும்.

'வேழ முடைத்து மலைநாடு, மேதக்க
சோழ வளநாடு சோறுடைத்து - பூழியர்கோன்
தென்னாடு முத்துடைத்துத் தெண்ணீர் வயல்தொண்டை
நன்னாடு சான்றோர் உடைத்து'

ஒருவன் மனைவி இறந்தபின் வாழ நேர்ந்தால், அவனுக்கு எப்பயனுமின்றி எல்லாச் சுகமும் போய் விடுமாம். 'கணவனை இழந்தோர்க்குக் காட்டுவது இல்' என்றார் இளங்கோவடிகள். ஔவையார் 'மனையை இழந்தான் மாண் - பயன் அனைத்தையும் இழப்பான்' என்று கூறுகிறார்.

'தாயோடு அறுசுவைபோம்; தந்தையொடு கல்விபோம்;
சேயோடு தான்பெற்ற செல்வம்போம் - ஆயவாழ்வு
உற்றா ருடன்போம்; உடன்பிறப்பால் தோள்வலிபோம்;
பொற்றாலி யோடெவையும் போம்!'

வாழ்க்கைக் கடலில் மூழ்கி முக்குளித்து எடுத்த, பட்டறிவு முத்துக்களாக இவை விளங்குவதால், மக்கள் ஔவையாரைத் தங்கள் பாவலராகவே மதித்துப் போற்றுவாராயினர். இத்தகைய பாடல்கள் பலவாகும். தமிழ் இலக்கிய வரலாற்றில், முதன் முதலாக - முதன்மையுற மக்களுடன் பழகி, கூழுக்கம் பாடி, எளியவருடன் கூடியுறைந்த ஔவையார் இன்றும் புலவர்களை விட, பொது மக்களிடம்தான் கூடுதலாக வலம் வருகிறார். தமிழையும் இலக்கியத்தையும் பொது மக்களிடம் ஊடுருவுமாறு கொண்டு சென்ற மிகச் சில கவிஞர்களில் ஔவையாரே முன்னோடியாவார்! தேசக்கவி சி. சுப்பிமணிய பாரதியாருக்கு ஔவையார் மீது அளவற்ற பற்றும் பாசமும் ஏற்பட்டதற்கு இவ் வுணர்வுகளே காரணமாகும்.

ஔவைக் கதைகள்

சங்க ஔவையும் நீதிநூல் ஔவையும் பெற்ற பெரும் புகழால், தமிழகத்தில் கற்றவர் கல்லாதார் அனைவரிடத்திலும் ஔவை பற்றிய சுவையான கதைகள் பல வழங்கலாயின. 'தனிப்பாடல் திரட்டு', 'தனிச்செய்யுட் சிந்தாமணி', 'தமிழ் நாவலர் சரிதை', 'விநோதரச மஞ்சரி', 'புலவர் புராணம்', 'சதக நூல்கள்' ஆகியவற்றிலும், 'ஔவையார் சரித்திரம்', 'பன்னிரு புலவர் சரித்திரம்', 'பாவலர் சரித்திர தீபகம்' போலும் பழைய வரலாற்று நூல்களிலும் ஔவைக் கதைகள் பலவற்றை அறிகிறோம்.

நெல்லிக்கனி பெற்றது; முருகப் பெருமானிடம் சுட்ட பழம், சுடாத பழம் பற்றிக் கேட்டது; கூழைப் பலாத் தழைக்கப் பாடியது; கொண்டானை ஆட்டிப் படைத்தவளை வசைப் பாட்டுப் புனைந்து திட்டியது எனவும் பல்வேறு நிகழ்ச்சிப் பின்னணியில் பாடியன எனவும் இவ்வாறு மக்கள் வாய்மொழியில் வழங்கிய கதைகள் எண்ணற்றனவாகும். இவற்றுட் சிலவே ஏட்டில் எழுதப்பட்டு வந்துள்ளன. எனினும், வாய்மொழிக்கே உரிய மாற்றங்கள், திரிபுகள் கொண்டு இக்கதைகள் பல 'பாட வேறுபாடுகளுடன்' காணப்படுகின்றன. எனவே, மூல உண்மை யாதென அறிதல் கடினமாகும்; உண்மையே அன்று என மறுப்பது அதைவிடக் கடினமாகும்.

அவ்வப்போது நிகழ்ந்த சில உண்மைகளைச் சுற்றிப் புனையப்பட்ட கட்டுக் கதைகள் இவை என்பது தெற்றெனப் புலனாகும். எனினும் சுவை மிகுந்த கதைகளாதலின், அனைவர் மனத்தையும் ஈர்த்து, பசு மரத்தாணி போற் பதிந்து அறிவையும் அனுபவத்தையும் பெருக்கி வருகின்றன.

சில பாடல்கள் சுவையுடனிருந்தமையின், அவற்றுக்கான பின்புலம் பிறகு புனையப்பட்டுச் சேர்க்கப்பட்டுள்ளன. ஔவை பாடாமல், பிறர் பாடி ஔவை மேல் ஏற்றியுரைக்கப்பட்டன எனக் கருதுமாறும் சில உள. எனினும், இவற்றுள் தேர்ந் தெடுத்த சில கதைகளும் பாடல்களும் பயன்படுமாறமைந்த பட்டறிவுடையவை; அறிவுக் கூர்மை மிக்கவை; அனுபவ முதிர்ச்சியுடையவை. இவை, சொற் சாதுரியம் காட்டும் இலக்கியச் சுவையுடையன. அரிச்சுவடி படிக்கும் சிறார் முதல் அகவை முதிர்ந்த பெரியோர் வரை இக்கதைகளைச் சொல்லிச் சொல்லி இன்புறுதல் அதனாலேயாம்.

இவற்றுட் சில சங்ககால வேந்தர்களையும், வள்ளல்களை யும் தொடர்புபடுத்துவன. வேறுசில இடைக்காலக் குறுநிலத் தலைவர்கள், நாயன்மார்களோடு தொடர்புபடுத்திப் புனையப் பட்டன. ஏழை எளிய மக்களுடன் தொடர்புறுத்திப் புனையப் பட்டவையும் பல கதைகள் உள.

இங்ஙனம் பல்வேறு காலங்களோடும் தொடர்புடைய கதைகளாக இருப்பதால், காலந்தோறும் ஔவையார்கள் பலர் வாழ்ந்து வந்துள்ளனர் எனவும், அவர்தம் கதைகள் எல்லாம் இங்ஙனம் இணைத்துக் கூறப்படுகின்றன போலும் என்றும் எண்ண இடமேற்படுகிறது.

'அபிதான சிந்தாமணி' தந்த ஆ. சிங்காரவேலு முதலியார், 'ஆயிரத்தெண்ணூ று ஆண்டுகட்கு முற்பட்ட தமிழர்' பற்றி எழுதிய வி. கனகசபைப் பிள்ளை போல்வார் ஔவையார் ஒரு வரே எனக் கொண்டனர்.

நூற்றாண்டு வரிசையில் தமிழ் இலக்கிய வரலாறு படைத்த மு. அருணாசலம் தமது இலக்கிய வரலாற்று நூல் களில் ஆறு ஔவையார்கள் பற்றி விளக்குகின்றார்.

சங்ககால ஔவை, இடைக்கால நீதிநூல் ஔவை என ஔவையார் இருவரே என்பது பலரது கருத்தாகும்.

சங்ககால ஔவை பற்றிச் சங்கப் பாடல்களின் வழித் தெளிவாக அறிகிறோம்.

நீதிநூல்கள் பாடிய இடைக்கால ஔவையும் சோழப் பேரரசுக் காலத்தில், மிகு புகழ் பெற்று வாழ்ந்துள்ளார். அவர் பாடிய நீதிநூல்கள் தவிர, தனிப்பாடல்கள் பலவும் தரத்தாலும்

அமைப்பாலும் அவர் பாடியனவாகவே தோற்றுகின்றன. அவரது மிகப் பெரும் புகழ் காரணமாகவும் இடைக்காலச் சூழல் காரணமாகவும் அவரைப் பற்றி முன்னைய ஔவையை இணைத்துப் பல கற்பனைக் கதைகள் தோன்றலாயின. இவ் விடைக்கால ஔவையார் பாடாத நூல்களும் உதிரிப் பாடல் களும் சிற்சில அவர் மேல் ஏற்றியுரைக்கப்பட்டன.

திவாகரம் குறிப்பிடும் ஔவையார்

திவாகர முனிவர் அம்பர் நகர்க்கு அரசனாகிய சேந்தன் வேண்டுகோளால் செய்தது 'திவாகர நிகண்டு'. அதில் மூன்றாம் விலங்கின் பெயர்த் தொகுதி இறுதியில்,

'அவ்வை பாடிய அம்பர் கிழவன்
தேன்தார்ச் சேந்தன் தெரிசொல் திவாகரத்துள்..'

என வருகிறது. காலத்தால் முற்பட்ட நிகண்டு இது. இதன் காலம் கி.பி. 8ம் நூற்றாண்டு என்பர். இவரைப் பற்றி வேறு குறிப்பு கிடைக்கவில்லை. சேந்தனைப் பாடியதாகத் திவாகர முனிவர் குறிப்பதால், இவர் சமணராய் இருக்கவும் வாய்ப்புண்டு.

நச்சினார்க்கினியர் குறிப்பிடும் ஔவையார்

திருவாவினன்குடி பற்றிய திருமுருகாற்றுப்படைப் பகுதிக்கு உரையெழுதிய நச்சினார்க்கினியர் கீழ்வருமாறு குறிப் பிடக் காண்கிறோம்:

''இனி சித்தன் வாழ்வு என்று சொல்லுகின்றவூர் முற் காலத்து ஆவிநன்குடி என்ற பெயர் பெற்றதென்றுமாம். அது,

நல்லம்பர் நல்ல குடியுடைத்துச் சித்தன்வாழ்வு
இல்லத் தொறும்மூன்று எரியுடைத்து - நல்லரவப்
பாட்டுடைத்துச் சோழன் வழிவந்த பாண்டியநின்
நாட்டுடைத்து நல்ல தமிழ்

என்று ஔவையார் கூறியதனால் உணர்க. சித்தன் என்பது பிள்ளையாருக்குத் திருநாமம்.''

இதில், 'நல்லம்பர்' எனக் குறிக்கப்பட்டது, திவாகரம் கூறும் சேந்தனது அம்பர்தானா என ஆராய்தல் வேண்டும். நச்சினார்க்கினியர் பேராசிரியருக்கும் பிற்பட்டவர். 14ம்

நூற்றாண்டின் முற்பகுதியினர் என்பர். இவர் நீதிநூல்கள் பாடிய ஔவையாராக இருக்கவும் வாய்ப்புண்டு.

அசதிக் கோவை ஔவையார்

கொங்கு நாட்டில் ஐவேலி என்ற ஊரைத் தலைமையாகக் கொண்டு ஆண்ட 'அசதி' என்ற ஆயர்குலத் தலைமகனைப் பற்றிப் பாடியது என்பர். இந்நூலில் சில பாடல்கள் கிடைக்கின்றன. பாடல்கள் இலக்கிய நயத்துடன் தரமாகக் காணப்படுகின்றன.

சிலர் இந்நூல் தோன்றிய வரலாற்றைக் கதையாகவும் புனைந்து கூறியுள்ளனர். ஒரு சமயம் காட்டு வழியே பசியோடு போய்க் கொண்டிருந்த ஔவைக்கு, ஆட்டிடையன் ஒருவன் தன் கஞ்சியைக் கொடுத்து, அவர் பசியைப் போக்கித் தான் பட்டினி கிடந்தானாம். அவன் மீது நன்றியும் பரிவும் கொண்ட ஔவையார், 'உன் ஊரென்ன, பேரென்ன?' என வினவிய பொழுது, அவன் 'அசதியாக இருக்கிறது' என்றானாம் *(அசதி - மறதி)*. இப்படியும் ஓர் அசடன் உண்டா என வியந்து, ஔவையார் அவன் மீது அசதிக் கோவை பாடினாராம். இது புனைக் கதையே என்பதில் ஐயமில்லை. ஔவை பற்றிக் கதை புனைவதில் மக்களுக்கு இருந்த ஆர்வம் புலனாகிறது.

'ஆய்ப்பாடி ஆயர்தம் ஐவேல் அசதி அணிவரையில்
கோப்பாம் இவள்ளழிற் கொங்கைக்குத் தோற்(று) இபக்
கோடிரண்டும்
சீப்பாய் சிணுக்கரியாய் சிமிழாய்ச்சின்ன மோதிரமாய்
காப்பாய், சதுரங்க மாய்ப்பல்லக் காகிக் கடைப்பட்டவே'

தலைவியின் மார்பகங்களுக்குத் தோற்றுப் போன யானைத் தந்தம் இரண்டும் *(இபக் கோடு இரண்டும்)* சீப்பாகவும், சிணுக்கெடுப்பதாகவும், சிமிழாகவும், சின்ன மோதிரமாகவும், கைக்காப்பாகவும், சதுரங்கப் பலகையாகவும், பல்லக்காகவும் ஆகிக் கடைப்பட்டுப் போயினவாம்! பாடல் பிற்காலத்தது என்பதையே காட்டுகிறது.

'அற்றாரைத் தாங்கிய ஐவேல் அசதி அணிவரைமேல்
முற்றா முகிழ்முலை எவ்வாறு சென்றனள்? முத்தமிழ்நூல்
கற்றார்ப் பிரிவும்கல் லாதவர் ஈட்டம்கைப் பொருண்
அற்றார் இளமையும் போலே கொதிக்கும் அருஞ்சுரமே'

மிக அழகான ஓட்டமுள்ள பாடல்கள் இவை. சிலவே கிடைக்கப் பெறுகின்றன. ''அசதிக் கோவை மிகவும் சிறப்பான இலக்கிய நயம் பொருந்திய நூல் என்பதில் ஐயமில்லை. ஔவையாருடைய பெரும் புலமைக்குச் சான்றாகவே இந்நூல் உளது'' என்பார் மு. அருணாசலம்.[1]

ஞானக் குறள் ஔவையார்

'ஔவைக் குறள்' என்றும், 'ஞானக் குறள்' என்றும் வழங்கும் 310 குறட்பாக்களால் ஆன மெய்ப்பொருள் யோகம், ஞானம் போன்றவற்றைப் பாடிய சிறுநூல் ஒன்று உளது. இதனைப் பாடியவர் சித்தர்கள் மரபைப் பின்பற்றியவராகக் காணப்படுகிறார்.

விநாயகரகவல்

சேரமான் பெருமாளும் சுந்தரரும் கைலாயம் செல்லும் போது ஔவையாரையும் அழைத்தனராம். அவர் அப்போது வினாயகர் பூசை செய்து கொண்டிருந்ததால், அதை விரைந்து முடிக்க முயலவே, வினாயகர், ''பதறாதே! நிதானமாய் பூசை செய்! அவ்விருவர்க்கும் முன்னதாகவே உன்னைக் கைலாயம் சேர்க்கிறேன்'' என்றாராம். அதன்படி வினாயகரகவல் பாடி வணங்கிய ஔவையை, வினாயகப் பெருமான் முன்னதாகக் கைலாயம் சேர்த்தார் என்பது கதை. வினாயகரகவலையும் ஞானக் குறளையும் பாடியவர் ஒரே ஔவையார்தான் எனவும் கருதுகின்றனர்.

பந்தனந்தாதியும் ஔவையாரும்

காவிரிப்பூம்பட்டினத்தில் வாழ்ந்த வணிகனாகிய பந்தன் மீது பாடப்பட்டது பந்தனந்தாதி. பந்தன் என்ற வணிகன் நாக லோகம் சென்று நாகராசனிடம், 'மேலே போர்த்துக் கொண் டால் என்றும் இளமை தரும் பொற்படாம்' ஒன்றையும், 'உண் டால் நெடுங்காலம் வாழ வைக்கும் நெல்லிக்கனி' ஒன்றையும் பெற்று வந்தான். நெல்லிக்கனியில் பாதியைத் தன் வேந்த னுக்குத் தந்து, மீதமிருந்ததை ஔவைக்குத் தந்தானாம். பொற் படாத்தையும் ஔவைக்குப் போர்த்தினானாம். அவனது ஆர்வத்தையும் கொடைக் குணத்தையும் பாராட்டி ஔவையார்

1. மு.நூல். ப. 511.

நூறு வெண்பாக்களை அந்தாதியாகப் பாடினார் என்று கூறப்படுகிறது. இது வேறு ஒருவர் பாடி ஔவை பாடியதாகக் கதை புனையப்பட்ட ஒன்றே என்பது ஆய்வாளர் கருத்தாகும்.

கிடைக்கப் பெறாத நூல்கள்

'கல்வியொழுக்கம்', 'நன்னூற் கோவை', 'அருந்தமிழ் மாலை', 'தரிசனப் பத்து', 'நான்மணி மாலை', 'பிடக நிகண்டு' முதலிய நூல்களையும் ஔவை எழுதியன என்று குறிப்புக்கள் ஆங்காங்குக் காணப்படினும் இவை அனைத்தும் இன்று முற்றிலும் கிடைக்கப் பெறவில்லை.

'கல்வியொழுக்கம்' என்ற நூலைப் பற்றி 'செந்தமிழ்' இதழில் ஒரு சிறு குறிப்பு வெளி வந்ததாம். ''இது மொழிக்கு முதலாம் எழுத்துக்களின் அடைவே நாற்சீரடியான் வருவது. 'ஈட்டிய பொருளின் எழுத்தே உடைமை'. 'சிறுமையில் கல்வி சிலையில் எடுத்தே!'' இவ்வாறு ஓரிரு உதாரணமும் காட்டினும் இந்நூல் இன்று கிடைக்கவில்லை.[1]

சுவை மிகுந்த கதைகளும் நயம் நிறைந்த பாடல்களும்

ஔவையார் பற்றிய செவிவழிக் கதைகள் பல வழங்கி வருவதாக முன்னர்க் கூறினோமல்லவா? அவற்றுள் சிறப்புடைய கதைகள் சிலவற்றை, அச்சூழலில் ஔவை பாடிய அருந்தமிழ்ப் பாடல்களுடன் காண்போம்.

வரப்புயர...

குலோத்துங்க சோழன் முடிசூடிய போது ஔவை 'வரப் புயர...' என்று வாழ்த்தி அமர்ந்தாராம். அவையோர் ஒன்றும் விளங்காமல் விழிக்கவே ஔவை தொடர்ந்து, தம் வாழ்த்தைக் கூறி முடித்தாராம்.

'வரப்புயர நீருயரும்
நீருயர நெல்லுயரும்
நெல்லுயரக் குடியுயரும்
குடியுயரக் கோலுயரும்
கோலுயரக் கோனுயரும்!'

---

1. மு. அருணாசலம், மு.நூல், ப. 488

உழவு, தொழில் இவற்றின் இன்றியமையாமையை ஆள் வோர்க்கு எவ்வளவு நுட்பமாக ஒளவையார் உணர்த்துகிறார்?

குழந்தைகள் மனத்தில் இது பதிந்தால், நாடு உயரும் என்பதற்கு ஐயம் உண்டோ? அந்தாதியாக அமையுமிது, வாய் மொழி இலக்கியப் பண்புடையது. ஒருமுறை கேட்டார்க்கும் மனத்தை விட்டகலாது.

செம்பொருள் அங்கதம்

நேரே வெளிப்படையாக வசை பாடுவது செம்பொருள் அங்கதம் எனப்படும். தொல்காப்பியத்தில் செய்யுளியல் உரை யில் இதை விளக்குமிடத்துப் பேராசிரியர், 'ஏழிற் கோவை அவ்வை முனிந்து பாடியது' எனச் சுட்டிக் கூறி, கீழ் வரும் பாடலை எடுத்துக் காட்டுகிறார். *(தொல். பொருள். 437)*

'இருள்தீர் மணிவிளக்கத்து ஏழிலார் கோவே
குருடேயுமன்றுநின் குற்றம்-மருள்தேயும்
பாட்டும் உரையும் பயிலா தனவிரண்டு
ஓட்டைச் செவியும் உள'

பல்குன்றக் கோட்டம் என்ற ஏழிற்குன்றம் சென்றிருந்த போது, அம்மலைக்குரிய நன்னன் இவரது அருமை அறியாது பாராமுகமாயிருக்க, அதனைப் பொறுக்கலாற்றாது இம்மெல்லி யற் புலவர் முனிந்து பாடியது இது என்பர்.

பேராசிரியர் மேலே கண்ட பாடலையடுத்துக் கீழ்வரும் பாடலையும் எடுத்துக் காட்டுகின்றார், செம்பொருள் அங்கதத் திற்கு. ஆனால், பாடியவர் பெயரைக் குறித்தாரிலர். **'தமிழ் நாவலர் சரிதை'** இதனையும் ஒளவை பாடல் என்றே குறிப் பிடுகிறது.

'எம்இகழ் வோரவர் தம்இகழ் வோரே
எம்இக ழாதவர் தம்இக ழாரே
தம்புகழ் இகழ்வோர் எம்புகழ் இகழ்வோர்
பாரி ஓரி நள்ளி எழினி
ஆஅய் பேகன் பெருந்தோள் மலையனென்று
எழுவருள் ஒருவனும் அல்லை; அதனால்
நின்னை நோவது எவனோ?
அட்டார்க்கு உதவாக் கட்டி போல

நீயும் உளையே நின்அன் னோர்க்கே
யானும் உளனே தீம்பா லோர்க்கே
குருகினும் வெளியோய் தேளத்துப்
பருகுபால்அன்னஎன் சொல்லுக்குத் தேனே'

இதில் இடம்பெறும் கட்டி என்பானைப் பரணர் அக நானூற்றில் குறித்தலால், இப்பாட்டும் சங்ககாலத்தது ஆகலாம் என்றும், காணாமல் போன புறநானூற்றுப் பாடல்களில் இதுவும் ஒன்றாகலாம் என்றும், மு. அருணாசலம் கருதுகிறார்.[1] இப்பாட லும் 'எழுவருள் ஒருவனுமல்லை' என்று பாடியதனால், முற்கூறிய நன்னனையே ஔவை பாடியது போலும்' என் எஸ். அனவரத நாயகம் பிள்ளை கருதுகின்றார்.[2]

அங்கவை சங்கவை கதை

இவ்விருவரும் பாரியின் மகளிர் என்றும் இவர்களை மணம் முடிப்பதற்காக ஔவை அழைத்துச் சென்று மலையரச னுக்கு மணம் முடித்தார் என்றும் கூறப்படுவது கற்பனையே ஆகும். பாரி மகளிரைக் கபிலர் அழைத்துச் சென்று மணம் முடிக்க முயன்றதாகப் புறநானூறு கூறுகிறது.

இடைக்காலத்தில் பெண்ணையாற்றங்கரையில் திருக் கோவலூர் அருகே பாரிசாலன் என்ற மன்னனின் பெண்களாகப் பிறந்து வளர்ந்த இருவரே அங்கவை, சங்கவை என்றும், இவர்கள் தந்தையை இழந்து பெண்ணை ஆற்றங்கரையில் குடிசை ஒன்றில் வாழ்ந்தனர் என்றும், இவர்களுக்கு ஔவை மணம் செய்து வைத்தார் என்றும் இக்கதையை மாற்றியும் கூறியுள்ளனர்.

ஒரு நாள் ஔவை மழையில் நனைந்து, குளிரில் நடுங்கி, குடிசைக்கு வரவே இப்பாரி மகளிர் தங்கள் நீலச் சிற்றாடையை ஔவைக்குக் கொடுத்தனர். கேழ்வரகுக் களியும் கீரைக் கறியும் சமைத்துப் போட்டனர். இதனால் ஔவை மனம் மகிழ்ந்து அவர்கள் தந்த ஆடையையும் உணவையும் சிறப்பித்துப் பாடினார்.

'பாரி பறித்த பறியும் பழையனூர்க்
காரி கொடுத்த களைக்கொட்டும் - சேரமான்
வாராய் எனஅழைத்த வாய்மையும் இம்மூன்றும்
நீலச்சிற் றாடைக்கு நேர்'

---

1. முந்து நூல், பக். 450-451; 2. முந்துநூல், பக். 77.

மன்னர்கள் செய்த உபசாரங்கள் எல்லாம் இந்த நீலச் சிற்றாடைக்கு நிகர் என்கிறார் ஔவையார். காலமறிந்து செய்ததால் இச்சிறிய உதவி பேருதவியாயிற்று. பாரி பரிசில் கொடுத்து அனுப்பி விட்டு, அவனே பிறகு ஆள்வைத்து அப்பரிசிலைப் பறித்து வரச் செய்வானாம். புலவரை மீட்டும் தன்னிடம் வந்து தங்க வைக்கும் தந்திரம் அது. காரி களைக் கொட்டைக் கொடுத்து வேலை செய்யச் சொல்லி, அதன் பிறகே பரிசளிப்பானாம். சேரமான் ஔவை அரண்மனைக்குள் வருவதறிந்ததும், எழுந்து போய் விடுவானாம். தனக்கு ஔவையை வரவேற்கத் தகுதி இல்லை என்று கருதிய அவனது எளிமையே காரணமாம். இவை எல்லாம் இச்சிறிய மகளிர் தந்த நீலச் சிற்றாடைக்கு நிகர் ஆகும் எனத் தம்மைக் குளிரினின்றும் காப்பாற்றிய மகளிரைப் பாராட்டுகிறார் ஔவையார். மேலும் அவர்கள் தந்த கீரை உணவை அவர் பாராட்டும் பாங்கும், அவரைப் பலமடங்கு உயர்த்திக் காட்டுகிறது. சங்க ஔவை நாஞ்சில் வள்ளுவனிடம் அடகுணவுக்குச் சிறிது அரிசி கேட்ட வரலாறு நினைவுக்கு வருகிறது.

'வெய்தாய் நறுவிதாய் வேண்டளவும் தின்பதாய்
நெய்தான் அளாவி நிறம்பசந்த - பொய்யா
அடகென்று சொல்லி அமுதத்தை இட்டார்
கடகம் செறிந்தகை யார்!'

பின்னர் அம்மகளிர் இருவருக்கும் திருமணம் முடிக்க மலையரசன் தெய்வீகனிடம் கூற, அவனும் இசைகின்றான். வினாயகக் கடவுளை அழைத்து எல்லோருக்கும் 'கண்ணால ஓலை கடிதின் எழுத' வேண்டுகிறார். மூவேந்தர்க்கும் பதினெட்டாம் நாள் நடக்கவிருக்கும் திருமணத்திற்கு வருமாறு அழைப்புப் பாடல்கள் அனுப்பப்படுகின்றன. இதற்காகத் திருக்கோவலூரில் பொன்மாரி பெய்யும்படியும் பெண்ணையாற்றில் பாலும் நெய்யும் பெருகி வருமாறும் பாடி அவ்வாறே வரச் செய்கிறார். மழை பொன்னாகவும், பருத்தி ஆடையாகவும், வயல் அரிசி யாகவும் தரும் ஊரே திருக்கோவலூர் என்று பாடி அவ்வாறே நிகழச் செய்கிறார் ஔவையார். திருமணத்திற்கு வந்த மூவேந்தர் களும், காய்ந்த பனைத் துண்டம் ஒன்றைக் காட்டி, அதைத் தவிர்க்கப் பாட முடியுமா என வினவ, உடனே ஒரு பாட்டுப் பாட அத்துண்டம் தவிர்த்துப் பனை மரமாகிப் பனம்பழம் தந்ததாம்.

'திங்கள் குடையுடைச் சேரனும் சோழனும் பாண்டியனும்
மங்கைக்கு அறுகிட வந்துநின் றார்மணப் பந்தலிலே
சங்குஒக்க வெண்குருத்து ஈன்றுபச் சோலை சலசலத்து
நுங்குக்கண் முற்றி அடிக்கண் கறுத்து நுனிசிவந்து
பங்குக்கு மூன்று பழம்தர வேண்டும் பனந்துண்டமே'

வாக்குப் பலிக்கும் வரகவியாக ஔவை இடைக்கால மக்களால் நம்பப் பெற்றிருக்கிறார்; அவரால் சில அற்புத நிகழ்ச்சிகள் இவ்வாறு நிகழ்த்தப்பட்டுள்ளன. அவை செவி வழிக் கதைகளாக வழங்குகின்றன.

அதுசமயம் சேரமானிடம் அப்பெண்களுக்காக ஆடு ஒன்று கேட்க, அவன் பொன்னாலான ஆடு ஒன்றையே தந்தானாம்.

'சிரிப்பாய் மணிமவுலிச் சேரமான் தன்னைக்
சுரப்பாடு யான்கேட்கப் பொன்ஆடு ஒன்றீந்தான்
இரப்பவர் என்பெறினும் கொள்வர் 'கொடுப்பவர்
தாமறிவர் தங்கொடையின் சீர்'

பின்னர் மணமக்களை 'இன்று போல் என்றுமிரும்' என்று வாழ்த்தியதாகக் கதை முடிகிறது. இக்கதையில் முற்காலப் பிற்கால நிகழ்ச்சிகள் இணைவதும், நூலுக்கு நூல் கதை சற்று வேறுபாடாகக் கூறப்படுவதும் இவற்றைப் பொய்யென்று தள்ளவும் முடியாமல் உண்மையென்று கொள்ளவும் முடியாமல் செய்து விடுகின்றன. இவையெல்லாம் ஔவை பாமர மக்களிடம் பெற்றிருந்த பெரும் புகழைக் காட்டுவன. இவை சில உண்மை நிகழ்வுகளைச் சுற்றிக் காலந்தோறும் கட்டப்பட்ட கதைகளின் வளர்ச்சிகளாய்த் தோற்றுகின்றன.

கூழைப் பலாத் தழைக்கப் பாடிய கதை

ஒரு குறவன் தான் அருமையாய் வளர்த்த பலா மரத்தைப் போற்றிக் காக்குமாறு சொல்லி விட்டு அயலூர் சென்றான். அவனுக்கு இரு மனைவியர்; இளையாளிடம் அவனுக்கு மோகம் அதிகம். அச்செருக்கால் அவள் மூத்தாள் மேல் பழிபோட எண்ணி, பலா மரத்தை அரைகுறையாய் வெட்டிப் போட்டாள். மூத்தாள் தன்மேல் பழிவருமே என அஞ்சிக் கொண்டிருந்தாள். அதுசமயம் அவ்வழியாக வந்த ஔவை நடந்ததைக கேள்விப் பட்டு, மூத்தாள் மேல் இரக்கப்பட்டுக் கூழைப் பலா தழைக்க வேண்டுமென்று ஒரு வெண்பாப் பாடினாள்.

'கூரிய வாளால் குறைத்திட்ட கூன்பலா
ஓரிதழாய், கன்றாய், உயர்மரமாய்ச் - சீரியதோர்
வண்டுபோல் கொட்டையாய் வண்காயாய்த் தின்பழமாய்ப்
பண்டுபோல் நிற்கப் பலா'

இதைக் கண்டு மகிழ்ந்த குறத்தி, ஔவையை அன்புடன் உபசரித்து, ஒரு கந்தையில் தினையரிசியை முடிந்து கொடுத்து வழியனுப்பி வைத்தாள்.

ஔவை நெடுந்தூரம் நடந்து சோழ மன்னன் வாயிலை அடைந்தாள். அவன் 'எங்ஙனம் வந்தீர்?' என வினவவே, தாம் நடந்தே வந்த கதையை ஔவை கூறினாள்.

'கால்நொந்தே நொந்தேன் கடுகி வழிநடந்தேன்
யான்வந்த தூரம் எளிதன்று - கூனன்
கருந்தேனுக்கு அண்ணாந்த காவிரிசூழ் நாடா!
இருந்தேனுக்கு எங்கே இடம்?'

என்று ஔவை விடையிறுத்தார். அது சமயம் ஔவை கையில் இருந்த தினை முடிச்சைப் பார்த்து, 'இது என்ன?' என்று அரசர் வினவினார். அதற்கு அவள் தன் எளிமை தோன்றக் கவி பாடினாள்.

'கூழைப் பலாந்தழைக்கப் பாடக் குறமகளும்
மூழக்கு உழக்குத் தினைதந்தாள் - சோழகேள்
உப்புக்கும் பாடிப் புளிக்கும் ஒருகவிதை
ஒப்பிக்கும் என்றன் உளம்'

(மூழக்கு - மூவுழக்கு. மூவுழக்கும் உழக்கும் சேர ஒரு சிறு படி).

இதைக் கேட்ட மன்னன் மகிழ்ந்து மதிப்புயர்ந்த பட்டாடை ஒன்றைப் பரிசளித்தான். ஔவையார் பட்டாடையைப் பரிசளித்த மன்னன், முற்கூறிய தினை முடிச்சோடு ஒப்பிட்டுத் தன் கொடை பெரிதெனத் தற்பெருமை கொண்டு விடலாகாதென நினைத்தார். உடனே, தம் பாடலின் பெருமையை மன்னனுக்கு எடுத்துரைத்தார்.

'நூற்றுப்பத்தா யிரம்பொன் பெறினும் நூற்சீலை
நாற்றிங்கள் நாளுக்குள் நைந்து விடும் - மாற்றலரைப்
பொன்றப்பொரு தடக்கைப் போர்வேல் அகளங்கா
என்றும் கிழியாதென் பாட்டு'

கம்பரும் ஔவையாரும்

தாம் வாழ்ந்த காலத்தில் மிகுந்த பெருமிதத்தோடு வாழ்ந்தவர் கம்பர் என்று தெரிகிறது. அவருக்கு மன்னனும் மக்களும் பொன்னும் பொருளும் தந்து போற்றினர்.

ஔவை 'உப்புக்கும் பாடிப் புளிக்கும் ஒரு கவிதை' எனப் பாடி, ஏழை எளியோருடன் இணைந்து வாழ்ந்தவர். சங்ககால ஔவையும் மூவேந்தர்களை அதிகம் அண்டாமல், அதியமான் அஞ்சியின் அவைப் புலவராகவே வாழ்நாள் எல்லாம் திகழ்ந்தார். நாஞ்சில் வள்ளுவனிடம், 'சிறிது அரிசி' தான் கேட்கிறார். இச்சோழர் கால ஔவையாரும் தாசி தந்த கஞ்சியினையும் இளம் மகளிர் தந்த கீரைக் கறியுணவையும் குறத்தி தந்த கூழையும் உண்டு மகிழ்ந்து பாடியுள்ளார். மன்னர்கள் தந்த பரிசில்களைக் கூட அத்துணை மதித்தாரிலர்.

இதனால் மக்கள் கம்பரையும் ஔவையையும் பற்றிப் பல கதைகள் புனைந்து வழங்கி வரலாயினர்.

'காசுக்குக் கம்பன் கருணைக்கு அருணகிரி
ஆசுக்குக் காளமுகில் ஆவனே - தேசுபெறும்
ஊழுக்குக் கூந்தன் உவக்கப் புகழேந்தி
கூழுக்கிங்கு ஔவைஎனக் கூறு'

மக்களிடையே இருந்த மனப்பான்மையில் இத்தனிப் பாடல் உருப் பெற்றுளது. 'ஔவை கூழுக்குப் பாடி' என்பது பழமொழி.

கம்பரிடம் 'சிலம்பி' என்ற தாசி தன்னைப் பற்றி ஒரு பாட்டுப் பாடுமாறு கேட்ட போது, கம்பர் ஒரு பாட்டுக்கு ஆயிரம் பொன் கேட்டாராம். அவள் தன்னிடமிருந்த எல்லாப் பொருளையும் சேர்த்து, ஐந்நூறு பொன்னே தேறியதால் அதைக் கொடுத்தாள். கம்பர்,

'தண்ணீருங் காவிரியே தார்வேந்தன் சோழனே
மண்ணாவதும் சோழ மண்டலமே'

என்று, அரைப் பாட்டு மட்டும் பாடி, அதை அவளது வீட்டுச் சுவரில் எழுதி வைத்து விட்டுப் போய் விட்டாராம். ஒரு நாள் அந்த வழியாக வந்த ஔவை, அயர்ச்சியுடன் அத்தாசி வீட்டுத் திண்ணையில் உட்கார்ந்தார். அப்போது, தாசியானவள் ஔவை

மீது இரக்கப்பட்டு, உள்ளே அழைத்துத் தனக்கு வைத்திருந்த கூழைக் கொடுத்து உதவினாள். களைப்புத் தீர்ந்த ஔவை, சுவர் மீது காணப்பட்ட அரைப் பாடலைக் கண்டு, விவரமறிந்து உடனே அப்பாடலை நிரப்பினாராம்.

பெண்ணாவாள்
அம்பொற் சிலம்பி அரவிந்தத் தாளணியும்
செம்பொற் சிலம்பே சிலம்பு'

உடனே தாசியின் வீடு பொன்னாலும் பொருளாலும் நிறைந்ததாம்! இதனால் கம்பருக்கும் ஔவைக்கும் புலமைப் போட்டி வளர்ந்தது.

ஒருமுறை வயலோரமாகப் போய்க் கொண்டிருந்த ஔவையைப் பார்த்து, கம்பர் குறும்பாக,

'ஒருகாலில் நாலிலைப் பந்தலடி!'

என்றார். ஔவை விடை தெரியாது வெட்கப்படட்டும் என்றே, கம்பர் 'அடி' போட்டு விவாதத்தைத் தொடங்கினார். ஔவையோ கணமும் தாமதியாமல்,

ஆரையடா சொன்னாய் அது என்றார். ஆரைக் கீரைதான் ஒரு தண்டில் நான்கே இலைகளுடன் நீர்நிலை ஓரங்களில் நிற்கும். 'ஆரையடா' என்பது இருபொருள் தருதல் காணலாம். ஔவை வெறுமனே அதைச் சொல்லி விடவில்லை. ஒரு வசைப்பாட்டு பாடியே சொன்னார்.

'எட்டேகால் லட்சணமே எமனே றும்பரியே
மட்டில் பெரியம்மை வாகனமே - முட்டமேற்
கூரையில்லா வீடே குலராமன் தூதுவனே!
ஆரையடா சொன்னாய் அது'

அவலட்சணமே, எருமையே, கழுதையே, குட்டிச் சுவரே, குரங்கே! இதைவிட வேறு என்ன வசை வேண்டும்?

ஆடம்பரம் செய்பவர்களையே உலகம் மதிக்கும். எளிய பழக்கம், தோற்றமுடையவர்களை யாரும் கண்டு கொள்வது இல்லை. கம்பர் பொன்னுக்குப் பாடுபவராதலால் அவரைச் சிலர் மிகப் பெரிய கவி எனக் கொண்டாடினர். அதைப் பார்த்த ஔவையார் கவிதை வேம்பாக, நஞ்சாக இருந்தாலும் பட்டொளி

வீசும் பாவலர்களையே கொண்டாடும் உலகை நையாண்டி செய்து ஒரு பாடல் பாடினார்.

‘விரகர் இருவர் புகழ்ந்திடவே வேண்டும்
விரல் நிறைய மோதிரங்கள் வேண்டும் - அரையதனில்
பஞ்சேனும் பட்டேனும் வேண்டும் அவர்கவிதை
நஞ்சேனும் வேம்பேனும் நன்று’

கம்பர் காலம் கி.பி. 9ம் நூற்றாண்டு என்பர். ஔவை அவருக்குப் பிற்பட்டவராதல் வேண்டும். ஒட்டக்கூத்தர், புகழேந்தி இருவரும் பன்னிரண்டாம் நூற்றாண்டினர். கம்பர் பன்னிரண்டாம் நூற்றாண்டினரே என்ற கருத்தும் உண்டு. நீதிநூல் பாடிய சோழர்கால ஔவையும் இந்நூற்றாண்டினரே என்பாரும் உளர். எங்ஙனமாயினும் இம்மூவரிடையேயும் நடந்தனவாக, புலமைப் போட்டிகள், பொறாமைப் பூசல்கள் பற்றிய சுவையான கதைகள் பல வழங்கி வருகின்றன. இவையெல்லாம் இடைக்காலப் புலவர்களிடையே காணப்பட்ட பொதுவான புலமைச் செருக்கு, போட்டி மனப்பான்மை ஆகியவற்றையே புலப்படுத்துகின்றன.

அன்பில்லாள் இட்ட அமுது

ஔவைக் கதைகளில் இது ஒரு புகழ்பெற்ற கதை.

ஒருமுறை ஔவையார் வழிநடந்த வருத்தத்துடன் ஒரு குடியானவன் வீட்டுத் திண்ணையில் அமர்ந்தார். அவருக்குக் கடும் பசி. அக்குடியானவன் மிகவும் சாது. பெண்டாட்டிக்கு அஞ்சி நடுங்குகிறவன். அவன் மனைவியோ கொடிய குணமுடையவள்; எச்சிற்கையால் காக்காய் விரட்டாதவள்.

அது சமயம் எதிர்பாராது குடியானவன் வீட்டை விட்டு வெளியேறுவதைப் பார்த்த ஔவையார், ‘நம் பசிக்குச் சிறிது கூழ் கிடைக்குமா?’ என்று கேட்டார். அவனுக்குக் கிழவியின் மீது இரக்கமுண்டாயிற்று. அவன் உள்ளே சென்று, தன் மனைவியின் அருகமர்ந்து, இன்சொல் பேசி, தலை வாரிக் கொண்டு இருந்த அவளுக்குப் பேன் பார்த்து, ஈருருவி, அச்சத்தோடு கூடிய தயக்கத்துடன் ‘ஒரு பழுத்த கிழவி பசியோடு வந்திருக்கிறாள்’ என்றான். என்றதுதான் தாமதம், ‘உன் பவுசுக்கு விருந்து ஒரு கேடா’ என்று கூவிப் பேய் போல் ஆடி, பழைய முறத்தால் அவனைச் சாடி ஓட ஓட விரட்டினாள். இதனைப் பார்த்த ஔவை அவன் மீது இரக்கம் கொண்டார்.

'இருந்து முகந்திருத்தி ஈரொடுபேன் வாங்கி
விருந்துவந்த தென்று விளம்ப - வருந்திமிக
ஆடினாள் பாடினாள் ஆடிப் பழமுறத்தால்
சாடினாள் ஓடோடத் தான்'

பாடலைக் கேட்டதும் அந்த அடங்காப் பிடாரியும் சற்றே அயர்ந்து போனாள். அதனால் ஒருவாறு உடன்பட்டு, அன்னமிட ஔவையை அழைத்தாள் அவள்.

'காணக்கண் கூசுதே, கையெடுக்க நாணுதே
மாணொக்க வாய்திறக்க மாட்டாதே வீணுக்கென்
என்பெல்லாம் பற்றி எரிகின்ற தையையோ
அன்பில்லாள் இட்ட அமுது'

எனப் பாடி, அவ்வுணவை உண்ணத் தயங்கினார். அக்குடியான வனைப் பார்த்து, இங்ஙனம் வாழ்வதைவிட நெருப்பிலே விழலாம், துறவு மேற்கொள்ளலாம் என்று இடித்துரைத்தார்.

'சண்டாளி சூர்ப்பனகை தாடகையைப் போல்வடிவு
கொண்டாளைப் பெண்டென்று கொண்டாயே தொண்டா!
செருப்படிதான் செல்லாஉன் செல்வமென்ன செல்வம்
நெருப்பிலே வீழ்ந்திடுதல் நேர்.'

'பர்த்தாவுக் கேற்ற பதிவிரதை உண்டானால்
எத்தாலும் கூடி இருக்கலாம் - சற்றேனும்
ஏறுமா றாக இருப்பாளே யாமாயின்
கூறாமல் சன்யாசம் கொள்!'

அவனை இவ்வாறு 'சன்னியாசியாகிப் போ' என்று திட்டியபின், அவளைப் படைத்த பிரமனையும் கடிந்து பாடுகின்றார்.

'அற்றதலை போக அறாததலை நான்கினையும்
பற்றித் திருகிப் பறியேனோ? - வற்றும்
மரம்அனை யாட்குஇந்த மகனை வகுத்த
பிரமனையான் காணப் பெறின்'

உணர்ச்சிகளைக் கொட்டும்படி சொற்கள் மிக எளிமையாய் வந்தமையைக் காண்கின்றோம்.

இன்றும் குடும்பங்களில் மனவேறுபாடுகள் வரும் போது 'கூறாமல் சன்யாசங் கொள்'வது பற்றிய நகையாடல்கள் இடம் பெறக் காணலாம்.

நான்கு கோடிக்குப் பாடல்கள்

ஔவையின் தனிப்பாடல்களில் மிகுபுகழ் பெற்றவை அவர் பாடிய 'நான்கு கோடி'ப் பாடல்கள் ஆகும்!

ஒருமுறை சோழ மன்னன் தன் அவைக்களப் புலவர்களை அழைத்து, 'நாளை விடிவதற்குள் நான்கு கோடிக்குப் பாடல்கள் பாடிவர வேண்டும்' என்று கட்டளையிட்டான். புலவர்கள் என்ன செய்வதென்று அறியாது மயங்கி, இரவெல்லாம் உறங்கா திருந்தனர். மறுநாள் காலையில் அங்கு வந்த ஔவையார் புலவர்களைத் தேற்றி, அரண்மனைக்கு அழைத்துக் கொண்டு சென்று, மன்னன் முன் நான்கு பொருள் பொதிந்த 'கோடிப் பாடல்களைப்' பாடினார்.

'மதியாதார் முற்றம் மதித்தொருகாற் சென்று
மிதியாமை கோடி பெறும்.'

'உண்ணீர் உண்ணீரென்று உபசரியார் தம்மனையில்
உண்ணாமை கோடி பெறும்'

'கோடி கொடுத்தும் குடிப்பிறவார் தம்மோடு
கூடாமை கோடி பெறும்'

'கோடானு கோடி கொடுப்பினும் தன்னுடைநாக்
கோடாமை கோடி பெறும்'

இச்சாதுரியம் மிக்க பாடல்களில், 'கோடி'ப் பொருள் குறைவற நிரம்பியிருப்பதைக் கண்ட மன்னன் ஔவையைப் பாராட்டிப் பரிசளித்ததோடு, புலவர்கள் அனைவருக்கும் பரிசளித்து மகிழ்வித்தான்.

பொற்குவியலிட்ட ஊஞ்சல் அற்றுவிழப் பாடியது

பாண்டிய மன்னன் தன் அரண்மனை முற்றத்தில் பொற் சங்கிலிகளால் ஊஞ்சலமைத்து, அதில் பொற்குவியலை இட்டு வைத்து, "இதன் நான்கு சங்கிலியும் அற்று விழுமாறு யாரே னும் பாடுவரேல், அவருக்குப் பொற்குவியலையும் தந்து பெருஞ்சிறப்பும் செய்வோம்" என ஒரு போட்டியை அமைத் தான். யாரும் அவ்வாறு பாடி அற்று விழச் செய்ய முடிய வில்லை. ஔவை காரண காரியத்தோடு பாடி, நான்கு பாடல் களால் நான்கு சங்கிலிகளும் அற்று விழச் செய்தார்.

'ஆர்த்தசபை நூற்றொருவர்; ஆயிரத்தொன் றாம்புலவர்
வார்த்தை பதினா யிரத்தொருவர்-பூத்தமலர்த்
தண்தா மரைத்திருவே தாதாகோ டிக்கொருவர்
உண்டாயின் உண்டென் றறு'

'தண்டாமல் ஈவது தாளாண்மை; தண்டி
அடுத்தக்கால் ஈவது வண்மை; - அடுத்தடுத்துப்
பின்சென்றால் ஈவது காற்கூலி; பின்சென்றும்
ஈயான்எச் சம்போல் அறு'

'உள்ள வழக்கிருக்க, ஊரார் பொதுவிருக்க;
தள்ளி வழக்கதனைத் தான்பேசி - எள்ளளவும்
கைக்கூலி தான்வாங்கும் காலறுவான் தன்கிளையும்
எச்சம்அறும் என்றால் அறு'

'வழக்குடையான் நிற்ப வலியானைக் கூடி
வழக்கை அழிவழக்குச் செய்தோன் - வழக்கிழந்தோன்
சுற்றமும் தானும் தொடர்ந்தழுத கண்ணீரால்
எச்சம்அறும் என்றால் அறு'

உலகில் அழிவழக்கு பேசியும், தொடர்ந்து வலியவரைக் கூடி எளியவர்க்கு எதிராக வழக்காடி அவர்களை வாட்டியும் துன்புறுத்துவார் பலராவர். அவர்கள் மீது கடுஞ்சீற்றம் கொண்டு, அவர்களின் கிளையையும் எச்சம் அற்றொழியப் பாடு கிறார், அறநெறி ஔவையார்.

இவ்வாறு ஒவ்வொரு வெண்பாப் பாடி முடித்ததும் ஒவ்வொரு சங்கிலியாய் அற்று விழ, ஊஞ்சல் கீழே விழுந்த தாம். மன்னன் அப்பொற் குவியலைக் கொடுத்து, ஔவைக்குப் பெரும் சிறப்புச் செய்தான். ஔவை அப்பொற்குவியலுக்கு ஆசைப்பட்டு, இயலாமல் நின்ற புலவர்கட்கு அதைப் பங் கிட்டுத் தந்தார்.

பேயை அடித்துத் துரத்திய பேய்ப் பாட்டு

நடந்து வந்த களைப்புத் தீர ஔவை ஓர் ஊரில், 'இங்கு படுக்க இடமுளதோ?' என வினவினார். 'ஊர்ப் புறத்தே சாவடி ஒன்றுளது. ஆனால், அங்கு படுக்க வருபவர்களை அங்குள்ள பேய் அடித்துக் கொன்று விடும்' என்றனர். ஔவையார் 'பேயைப் பேய் அடிக்குமா?' என்று கூறி விட்டு, அச்சாவடிக்கே சென்று

படுத்துறங்கினார். வெளியே போயிருந்த பெண் பேய் முதற் சாமத்து இறுதியில் வந்து 'எற்றெற் றெற்று' என்று முழங்கி அச்சுறுத்தியது. ஔவை சினந்து பாடவே, அது பின்வாங்கி ஓடியது.

'வெண்பா இருகாலிற் கல்லானை; வெள்ளோலை
கண்பார்க்கக் கையால் எழுதானைப் - பெண்பாவி
பெற்றாளே பெற்றாள் பிறர்நகைக்கப் பெற்றாளே
எற்றோமற் றெற்றோமற் றெற்று'

இதைக் கேட்டு ஓடிய பேய் பிறகு இரண்டு, மூன்று, நான்காம் சாமங்களிலும் மீண்டும் மீண்டும் வந்து அச்சுறுத்தவே, ஔவையும் ஒவ்வொரு சாமத்திலும் ஒரு வெண்பாப் பாடிப் பேயை விரட்டியடித்தார்.

'கருங்குளவி, சூரைத்தூறு ஈச்சங்கனிபோல்
வருந்தினர்க்கு ஒன்று ஈயாதான் வாழ்க்கை - அரும்பகலே
இச்சித் திருந்தபொருள் தாயத்தார் கொள்வரே
எற்றோமற் றெற்றோமற் றெற்று'

'வான முளதால் மழையுதால் மண்ணுலகில்
தான முளதால் தயையுளதால் - ஆனபொழுது
எய்த்தோம் இளைத்தோம்என்று ஏமாந் திருப்பாரை
எற்றோமற் றெற்றோமற் றெற்று'

'எண்ணா யிரத்தாண்டு நீரில் கிடந்தாலும்
உள்ளீரம் பற்றாக் கிடையேபோல் - பெண்ணாவார்
பொற்றொடி மாதர் புணர்முலைமேற் சாராரை
எற்றோமற் றெற்றோமற் றெற்று'

இங்ஙனம் நான்காம் சாமத்தும் பாடவே, அஞ்சியோடிய பேய் ஔவையைச் சரண் புகுந்தது. ஔவை 'உன் வரலாறு என்ன' என்று வினவவே, அப்பெண் பேய் நடந்ததைக் கூறியது. ஓர் அரசிளங்குமரன் அவ்வூர் வழியே வந்தவன், கன்னி மாடத் தில் நின்ற அரச குமாரியைக் கண்டான். அரச குமாரி தன் காதோலையில் நகத்தால், 'ஊர்ப் புறத்தே சாவடியில் நள்ளிர வில் சந்திக்க வருக' என்று எழுதிக் கீழே போட்டாள். எழுதப் படிக்கத் தெரியாத அவன், அதனை ஒரு குட்ட ரோகியிடம் காட்ட, அவன் அரச குமாரனை ஊரை விட்டு ஓடச் சொல்லி எழுதியிருப்பதாகக் கூறி ஏமாற்றி, நள்ளிரவில் வந்த அரச

குமாரியுடன் தான் கூடினான். உண்மையறிந்த அரச குமாரி அருவருப்பெய்தி பேயாயினாள். இதனைக் கேட்ட ஔவை இரக்கங் கொண்டு, அரச குமாரியும், அவ்வாறே தன்னுயிரை மாய்த்துக் கொண்ட அரச குமாரனும் மீட்டும் உறையூரில் பிறந்து, ஒருவரை ஒருவர் காதலித்து மணமுடித்து வாழ அருள் செய்து அங்கிருந்து போயினர்.

இவற்றில், வெண்பா கற்பதற்கும் நினைவில் வைக்கவும், மிக எளிதான குறிப்பு காணப்படுகிறது. தம் நீதிநூல்களில் இரண்டினையும் தனிப்பாடல்களையும் ஔவை வெண்பாவில் பாடியதன் காரணம் விளங்குகிறது.

ஔவையும் முருகக் கடவுளும்

ஒரு நாள் ஔவை காட்டு வழியே போய்க் கொண்டிருந்தார். அப்போது முருகக் கடவுள் ஔவைப் பெருமாட்டியுடன் சிறு பிள்ளையாய்ச் சிறுபோது விளையாடவும் ஔவையின் பெருமையை உலகறியச் செய்யவும் வேண்டி ஒரு மாடு மேய்ப்பானைப் போல வந்து, வழியிடை நின்ற நாவல் மரத்தில் ஏறியிருந்தார். ஔவை அருகே வந்ததும், அப்பையனைப் பார்த்து சில நாவல் பழங்களை உதிர்த்துப் போடுமாறு வேண்டினார். அவன் 'பாட்டி! சுட்ட பழம் வேண்டுமா? சுடாத பழம் வேண்டுமா?' என்று கேட்டான். பாட்டி அவன் சொல்வதறியாது திகைத்தாள். பிறகு 'சுடாத பழமே போடு' என்றாள். அவன் கிளையை அசைத்துப் பழங்களை உதிரச் செய்தான். பாட்டி கனிந்த பழங்களை எடுத்து, அவற்றில் ஒட்டியிருந்த மண்ணைப் போக்கித் தின்பதற்காக வாயால் ஊதினாள். இதைக் கண்ட பையன், ''பாட்டி! சுடாத பழம் கேட்ட நீ சுட்ட பழத்தைத் தின்னப் போகிறாயே. சுட்டுவிடப் போகிறது. வாயால் நன்றாக ஊதிவிட்டுச் சாப்பிடு'' என்று கிண்டல் செய்தான். பிறகுதான் ஔவைக்கே அவன் கேட்டதன் பொருள் விளங்கிற்று. உடனே தம் அறியாமைக்கு இரங்கி அவர் ஒரு பாட்டு பாடினார்.

'கருங்காலிக் கட்டைக்கு நாணாக்கோ டாலி
இருங்கதலித் தண்டுக்கு நாணும் - பெருங்கானில்
காரெருமை மேய்க்கின்ற காளைக்கு நான்தோற்றது
ஈரிரவும் துஞ்சாதென் கண்!'

இதைக் கேட்ட முருகப் பெருமான் தன் வடிவிற் காட்சி அளித்து, ஔவைக்கு அருள் செய்ததுடன், ''ஔவையே!

உலகம் நினைவிற் கொள்ளும்படியான சில நீதிகளைப் பாடியருளுங்கள்" என வேண்டினார்.

ஔவை சிறிது தயங்கி நின்றாள். முருகப் பெருமான் குறிப்புணர்ந்து, "ஔவையே! உகில் கொடியது எது? இனியது எது? பெரியது எது? அரியது எது? இந்நான்கையும் தெளிவாகச் சொல்லுங்கள்" என்று விளக்கமாகக் கேட்டார். ஔவையும் நான்கு பாடல் பாடி இந்நான்கு கருத்துக்களையும் உலகோர் மனங்கொள்ளுமாறு நன்கு விளக்கினார்.

கொடியது

'கொடியது கேட்கின் நெடியவெவ் வேலோய்!
கொடிது கொடிது வறுமை கொடிது
அதனினும் கொடிது இளமையில் வறுமை
அதனினும் கொடிது ஆற்றொணாக் கொடுநோய்
அதனினும் கொடிது அன்பிலாப் பெண்டிர்
அதனினும் கொடிது
இன்புற அவர் கையில் உண்பது தானே!'

இனியது

'இனியது கேட்கின் தனிநெடு வேலோய்!
இனிது இனிது ஏகாந்தம் இனிது
அதனினும் இனிது ஆதியைத் தொழுதல்
அதனினும் இனிது அறிவினர்ச் சேர்தல்
அதனினும் இனிது அறிவுள்ளோரைக்
கனவிலும் நனவிலும் காண்பது தானே!'

பெரியது

'பெரியது கேட்கின் எரிதவழ் வேலோய்!
பெரிது பெரிது புவனம் பெரிது
புவனமோ நான்முகன் படைப்பு
நான்முகன் கரியமால் உந்தியில் வந்தோன்
கரிய மாலோ அலைகடல் துயின்றோன்
அலைகடல் குறுமுனி அங்கையில் அடக்கம்

குறுமுனியோ கலசத்திற் பிறந்தோன்
கலசமோ புவியில் சிறுமண்
புவியோ அரவினுக்கு ஒருதலைப் பாரம்
அரவோ உமையவள் சிறுவிரல் மோதிரம்
உமையோ இறையவர் பாகத்து ஒடுக்கம்
இறைவரோ தொண்ட ருள்ளத்து ஒடுக்கம்
தொண்டர்தம் பெருமை சொல்லவும் பெரிதே!'

அரியது

'அரியது கேட்கின் வரிவடி வேலோய்!
அரிதரிது மானிடராதல் அரிது
மானிட ராயினும் கூன்குருடு செவிடு
பேடு நீங்கிப் பிறத்தல் அரிது
பேடு நீங்கிப பிறந்த காலையும்
ஞானமும் கல்வியும் நயத்தல் அரிது
ஞானமும் கல்வியும் நயந்த காலையும்
தானமும் தவமும் தாம்செயல் அரிது
தானமும் தவமும் தாம்செய்வாராயின்
வானவர் நாடு வழிதிறந் திடுமே!'

இவற்றைக் கேட்டு முருகன் மகிழ்வெய்தி ஔவையை வாழ்த்தி மறைந்தனர் என்பர். 'தொண்டர்தம் பெருமை சொல்ல வும் பெரிதே', 'அரிது அரிது மானிடராதல் அரிது' என்ற வாசகங்கள் அடிக்கடி கேட்கப்படுவனவாகும். பாடல்களில் ஆடூஉ முன்னிலை, மகடூஉ முன்னிலை என வருவதுண்டு. யாரையேனும் அழைத்துச் சொல்வது போல அவை அமையும். இவையும் வேலவனை அழைத்துச் சொல்வது போல் பாடப்பட்ட நீதிப் பாடல்களே. இவற்றின் அருமை பாராட்டிய மக்கள், இங்ஙனமெல்லாம் கதை புனைந்தனராதல் வேண்டும். இப் பாடல்களிலெல்லாம் உள்ள வாய்மொழி இலக்கியப் பாங்கு, இவற்றுக்குச் சுவையையும் வாழ்வையும் நல்குகின்றன எனலாம்.

தகுதியிலாதானைப் பாட மறுத்தது

இது போல் ஔவை பற்றிய கதைகளும் அவர் பாடியன வாகக் கூறப்படும் பாடல்களும் பலவாகும். ஔவையார்

அவ்வப்போது பாடியன என்று கருதத் தகுந்த சில பாடல்களை மட்டும் இங்கு காண்போம்.

வீரமும் கோபமும் இல்லாத ஒருவன் தன்னைப் புகழ்ந்து பாடுமாறு கேட்ட பொழுது, அவனை இகழ்ந்து பாடியது:

'மூவர் கோவையும் மூவிளங் கோவையும்
பாடிய எந்தம் பனுவல் வாயால்
என்னையும் பாடுக என்றனை
எங்ஙனம் பாடுதும்யாம்
களிறுபடு செங்களம் கண்ணிற் காணீர்
வெளிறுபடு நல்யாழ் விருப்பமாய்க் கேளீர்
இலவ வாய்ச்சியர் இளமுலை புல்லீர்
புலவர் வாய்ச்சொல் புலம்பலுக்கு இரங்கலீர்
ஊடீர் உண்ணீர் கோடீர் கொள்ளீர்
ஓவாக் கானத்து உயர்மரந் தன்னில்
தாவாக் கனியில் தோன்றி னீரே!'

(உடீர் ஊடீரானதும் கொடீர் கோடீரானதும் ஓசைக்காக வந்த நீட்டல் விகாரம்).

இல்லை என்பது இனிது

கொடை வேண்டி வருபவர்க்கு நாளை என்பதிலும் பிறகு வருக என்பதிலும் இல்லை என்பதே இனிது.

'வாதக்கோன் நளையென்றான் மற்றைக்கோன் பின்னையென்றான்
ஏதக்கோன் யாதேனும் இல்லையென்றான் - ஓதக்கேள்
வாதக்கோன் சொல்லதிலும் மற்றைக்கோன் சொல்லதிலும்
ஏதக்கோன் சொல்லே இனிது'

இதற்குத் தத்துவப் பொருள் உரைப்பாருமுண்டு. வாதநாடி அடங்கினால் ஒரு நாளிலும், பித்தநாடி அடங்கினால் ஒரு நாழிகையிலும், சிலோத்தும நாடி அடங்கினால் ஒரு கணப் பொழுதிலும் உயிர் நீங்கும் என விளக்குவர்.

கற்றது கைம்மண்ணளவு

கற்றது கைம்மண்ணளவேயாம். 'அறிதோறு அறியாமை கண்டற்றால்' என்றார் வள்ளுவர். புலமைச் செருக்கை அடக்கும் பாடல் இது.

'கற்றதுகைம் மண்ணளவு கல்லாதது உலகளவென்று
உற்ற கலைமடந்தை ஓதுகிறாள் - மெத்த
வெறும்பந் தயங்கூற வேண்டா புலவீர்
எறும்புந்தன் கையால்எண் சாண்!'

ஔவையின் உலகப் புகழ்

அமெரிக்க நாட்டின் மிச்சிகனில் பிரிமாண்ட் அரசு பொது உயர்நிலைப் பள்ளியில், வானியல் துறை ஒன்று உள்ளது. அத்துறை சார்ந்த உலகளாவிய கல்விக்கு, கணினி வழி படிக்க இன்டர்நெட்டிலும் தக்க ஏற்பாடுகள் உள. அப்பள்ளியின் குறிக் கோள் வாசகமாக ஔவையின் ''கற்றது கைம்மண்ணளவு; கல்லாதது உலகளவு'' என்ற தொடர் தேர்ந்தெடுக்கப் பெற்று விளங்குகிறது. இதைக் கணினி வழியாகவும் அறியலாம். அதன் ஆங்கில ஆக்கம் அங்கு இவ்வாறுளது:

''WHAT WE HAVE LEARNT IS LIKE A HANDFUL OF EARTH;
WHAT WE HAVE YET TO LEARN IS LIKE THE WHOLE WORLD.''

- Avvaiyar

அறிவியல் கண்காட்சி தொடர்பான வேறு சில இடங் களிலும் ஔவையின் இவ்வாசகம் அமெரிக்காவில் காணப் படுகிறது.

சோமன் கொடை வளம்

சோமன் எனும் வள்ளலின் சிறப்பைப் புனைந்துள்ளார்.

'நிழலருமை வெய்யிலிலே நின்றறிமின் ஈசன்
கழலருமை வெவ்வினையில் காண்மின் - பழகுதமிழ்ச்
சொல்லருமை நாலிரண்டில்; சோமன் கொடையருமை
புல்லரிடத் தேயறிமின் போய்'

முல்லானே நல்லான்

முல்லான் எனும் வள்ளலைப் பாடிய போது மானுடப் பண்பையே சித்தரிக்கக் காண்கிறோம்.

'காலையில் ஒன்றாவர் கடும்பகலில் ஒன்றாவர்
மாலையில் ஒன்றாவர் மனிதரெலாம் - சாலவே
முல்லானைப் போல முகமும்அக முமலர்ந்து
நல்லானைக் கண்டறியோம் நாம்'

கோரைக்கால் ஆழ்வான் கொடை தேய்ந்த விதம்

கோரைக்கால் என்னும் ஊரிலிருந்த ஆழ்வான் என்பவன் மிகவும் கஞ்சன். எதுவும் ஈயாத அவன் வாயால் பெரிதாகப் பேசுவான். கரி *(யானை)* என்பான்; அது பரி *(குதிரை)* ஆகும். பிறகு அது எருமையாகி, காளை மாடாகி, ஒரு முழத் துணி யாகத் திரி திரியாய்ச் சுருங்கி, தேரையின் கால் போலானது; எம் காலும் தேய்ந்து போனது.

'கரியாய்ப் பரியாகிக் கார்எருமை தானாய்
எருதாய் முழப் புடைவை யாகித் - திரிதிரியாய்த்
தேரைக்கால் பெற்றுமிகத் தேய்ந்துகால் ஓய்ந்ததே
கோரைக்கால் ஆழ்வான் கொடை'

பெரிய திருமண விருந்து

பொதுவாகத் திருமண விருந்துகளில், சோறுண்பது கடினமான செயலாகும். ஒரே சமயததில் பலரும் முண்டியடித்து ஓடி நெருக்குவது வேடிக்கையாக இருக்கும். அதுவும் பெரிய செல்வர் வீட்டுத் திருமணமென்றால், பலருக்கு உணவு கிடைப் பது அரிதாகும். ஔவை ஒருமுறை பாண்டிய மன்னனது திரு மணத்திற்குப் போய், நெருக்குண்டு சோறுண்ணாமல் தவித் துள்ளார். அதை விளக்கும் பாடல் இது:

'வண்டமிழைத் தேர்ந்த வழுதி கலியாணத்து
உண்ட பெருக்கம் உரைக்கக் கேள் - அண்டி
நெருக்குண்டேன்; தள்ளுண்டேன்; நீள்பசியினாலே
சுருக்குண்டேன் சோறுண்டிலேன்'

உண்டு என்ற துணைவினை இங்கு ஔவைக்கு நகைச் சுவையாகப் பாட உதவி செய்திருக்கிறது. நெருக்குண்டும் தள்ளுண்டும் சுருக்குண்டும் சோறுண்டிலா அவலம் சிரிப்பை விளைவிக்கிறதல்லவா!

யார் யார் கெட்டுப் போவர்

ஒரு பாடலில் யார் யார் கெட்டுப் போவர் என்று வரிசைப்படுத்திக் கூறுகிறார்:

'நிட்டூரமாக நிதிதேடும் மன்னவனும்
இட்டதனை மெச்சா இரவலனும் - முட்டவே

கூசிநிலை நில்லாக் குலக்கொடியும் கூசிய
வேசியும் கெட்டு விடும்'

இரவலன் போடப்பட்ட பிச்சையை அது சிறிதாயினும் மெச்சி ஏற்க வேண்டுமே தவிர, வாய்த் துடுக்காகப் பேசக் கூடா தாம். கற்புடையவள் கூச்சப்படும் குணமுடையவளாக இல்லா விட்டாலும் வேசி கூச்சப்படுபவளாக இருந்தாலும் வாழ்வு சிறக்க மாட்டார்களாம்!

திருக்குறள் மதிப்பீடு

'திருவள்ளுவ மாலை'யில் புலவர் பலர் பெயரால், வெண்பா யாப்பில், மிகச் சிறந்த குறட் திறனாய்வுப் பாடல்கள் காணப்படுகின்றன. இடைக்காடனார் மட்டும் குறள் வெண்பாவாலேயே குறளின் பெருமையை விளக்கினார்.

'கடுகைத் துளைத்துஏழ் கடலைப் புகட்டிக்
குறுகத் தறித்த குறள்'

ஔவையார் இதனைக் கண்டு மனம் மகிழ்ந்து, அக்குறள் வெண்பாவிலேயே ஒரு சொல்லை மட்டும் மாற்றித் தமது பாராட்டுரையை வழங்கினார்.

'அணுவைத் துளைத்துஏழ் கடலைப் புகட்டிக்
குறுகத் தறித்த குறள்'

இவ்வாறு ஔவையார் பாடியனவாகவும் அவரைப் பற்றிய கதைகளாகவும் வழங்குவன யாவும், ஔவையார் தமிழ் மக்கள் மனத்தில் பெற்றிருந்த நிலையான இடத்தையே நமக்கு நினைப்பூட்டுகின்றன.

பின்னிணைப்பு

ஆத்திசூடி

இளஞ்சிறார் முதல் பெரியோர் வரை பயன்படுவன இவை. தமிழ் அகர வரிசையில் மொழி முதலாம் எழுத்துக்களின் வரிசைப்படி அமைந்ததால், அரிச்சுவடி கற்கும் இளஞ் சிறார்க்கு இது நல்ல துணை நூலுமாகின்றது. பேரறங்களைச் சிறிய தொடர்களால் மிகச் சுருங்கச் சொல்லுமிவை, கற்பார்க்கு நவில்தொறும் புதுப்புதுக் கருத்துக்களைத் தந்து பயன்படு கின்றன.

கடவுள் வாழ்த்து

ஆத்திசூடி அமர்ந்த தேவனை
ஏத்தி ஏத்தித் தொழுவோம், யாமே

மொழி முதல் எழுத்துக்கள்	நூல்	
அ	அறம் செய விரும்பு	1
ஆ	ஆறுவது சினம்	2
இ	இயல்வது கரவேல்	3
ஈ	ஈவது விலக்கேல்	4
உ	உடையது விளம்பேல்	5
ஊ	ஊக்கமது கைவிடேல்	6
எ	எண், எழுத்து இகழேல்	7
ஏ	ஏற்பது இகழ்ச்சி	8
ஐ	ஐயம் இட்டு, உண்	9

ஒ	ஒப்புரவு ஒழுகு	10
ஓ	ஓதுவது ஒழியேல்	11
ஔ	[1]'ஔவியம்' பேசேல்	12
ஃ	[2]அஃகம் சுருக்கேல்	13
க்	கண்டு ஒன்று சொல்லேல்	14
ங்	ஙப்போல் வளை	15
ச்	சனி நீராடு	16
ஞ்	ஞயம்பட உரை	17
(இ)ட்	இடம்பட வீடு எடேல்	18
(இ)ண்	இணக்கம் அறிந்து இணங்கு	19
த்	தந்தைதாய் பேண்	20
ந்	நன்றி மறவேல்	21
ப்	பருவத்தே பயிர் செய்	22
ம்	[3]மன்று பறித்து உண்ணேல்	23
(இ)ய்	இயல்பு அலாதன செயேல்	24
(இ)ர்	அரவம் ஆட்டேல்	25
(இ)ல்	இலவம் பஞ்சில் துயில்	26
வ்	வஞ்சகம் பேசேல்	27
(இ)ழ்	அழகு அலாதன செயேல்	28
(இ)ள்	இளமையில் கல்	29
(இ)ற்	அறனை மறவேல்	30
(இ)ன்	[4]அனந்தல் ஆடேல்	31
க	கடிவது மற	32
கா	காப்பது விரதம்	33
கி	கிழமைப்பட வாழ்	34
கீ	கீழ்மை அகற்று	35
கு	குணமது கைவிடேல்	36
கூ	கூடிப் பிரியேல்	37
கெ	கெடுப்பது ஒழி	38

1. பொறாமை; 2. தானியம்; 3. நீதிமன்றம்; 4. உறக்கம்.

ஆத்திசூடி

கே	கேள்வி முயல்	39
கை	கைவினை கரவேல்	40
கொ	கொள்ளை விரும்பேல்	41
கோ	[5]கோது ஆட்டு ஒழி	42
ச	சக்கர நெறி நில்	43
சா	சான்றோர் இனத்து இரு	44
சி	சித்திரம் பேசேல்	45
சீ	சீர்மை மறவேல்	46
சு	சுளிக்கச் சொல்லேல்	47
சூ	சூது விரும்பேல்	48
செ	செய்வன திருந்தச் செய்	49
சே	சேர் இடம் அறிந்து, சேர்	50
சை	சை எனத் திரியேல்	51
சொ	சொல் சோர்வுபடேல்	52
சோ	சோம்பித் திரியேல்	53
த	தக்கோன் எனத் திரி	54
தா	தானமது விரும்பு	55
தி	திருமாலுக்கு அடிமை செய்	56
தீ	தீவினை அகற்று	57
து	துன்பத்திற்கு இடம் கொடேல்	58
தூ	தூக்கி, வினை செய்	59
தெ	தெய்வம் இகழேல்	60
தே	தேசத்தோடு ஒத்து வாழ்	61
தை	[6]தையல் சொல் கேளேல்	62
தொ	தொன்மை மறவேல்	63
தோ	தோற்பன தொடரேல்	64
ந	நன்மை கடைப்பிடி	65
நா	நாடு ஒப்பன செய்	66

5. தீய விளையாட்டு; 6. காமத்தால் பெண் வழிச் செல்லாதே.

நி	நிலையில் பிரியேல்	67
நீ	நீர் விளையாடேல்	68
நு	நுண்மை நுகரேல்	69
நூ	நூல் பல கல்	70
நெ	நெற்பயிர் விளை	71
நே	நேர்பட ஒழுகு	72
நை	நைவினை நணுகேல்	73
நொ	[7]நொய்ய உரையேல்	74
நோ	நோய்க்கு இடம் கொடேல்	75
ப	பழிப்பன பகரேல்	76
பா	பாம்பொடு பழகேல்	77
பி	பிழைபடச் சொல்லேல்	78
பீ	பீடு பெற நில்	79
பு	புகழ்ந்தாரைப் போற்றி வாழ்	80
பூ	பூமி திருத்தி உண்	81
பெ	பெரியோரைத் துணைக் கொள்	82
பே	பேதைமை அகற்று	83
பை	[8]பையலோடு இணங்கேல்	84
பொ	பொருள்தனைப் போற்றி, வாழ்	85
போ	போர்த் தொழில் புரியேல்	86
ம	மனம் தடுமாறேல்	87
மா	மாற்றானுக்கு இடம் கொடேல்	88
மி	மிகைபடச் சொல்லேல்	89
மீ	மீதூண் விரும்பேல்	90
மு	[9]முனைமுகத்து நில்லேல்	91
மூ	மூர்க்கரோடு இணங்கேல்	92
மெ	மெல்இல் நல்லாள் தோள் சேர்[10]	93
மே	மேன்மக்கள் சொல் கேள்	94

7. பிறர் துன்புறுமாறு; 8. சிற்றினத்தாரொடு;
9. போர்ப் பழக்கம் இல்லாமல் போர் முனையில் நில்லாதே; 10. மனைவி.

மை	[11]மைவிழியார் மனை அகல்	95
மொ	மொழிவது அற மொழி	96
மோ	மோகத்தை முனி	97
வ	வல்லமை பேசேல்	98
வா	வாது முன் கூறேல்	99
வி	வித்தை விரும்பு	100
வீ	வீடு பெற நில்	101
வு *(உ)*	உத்தமனாய் இரு	102
வூ *(ஊ)*	ஊருடன் கூடி, வாழ்	103
வெ	வெட்டெனப் பேசேல்	104
வே	வேண்டி, வினை செயேல்	105
வை	வைகறைத் துயில் எழு	106
வொ *(ஒ)*	ஒன்னாரைத் தேறேல்	107
வோ *(ஓ)*	ஓரம் சொல்லேல்	108

---

11. வேசியர்

கொன்றை வேந்தன்

கடவுள் வாழ்த்து

கொன்றை வேந்தன் செல்வன் அடி இணை
என்றும் ஏத்தித் தொழுவோம், யாமே.

நூல்

அ	அன்னையும் பிதாவும் முன் அறி தெய்வம்	1
ஆ	ஆலயம் தொழுவது சாலவும் நன்று	2
இ	இல்லறம் அல்லது நல் அறம் அன்று	3
ஈ	ஈயார் தேட்டைத் தீயார் கொள்வர்	4
உ	உண்டி சுருங்குதல் பெண்டிர்க்கு அழகு	5
ஊ	ஊருடன் பகைக்கின், வேருடன் கெடும்	6
எ	எண்ணும் எழுத்தும் கண் எனத் தகும்	7
ஏ	ஏவா மக்கள் மூவா மருந்து	8
ஐ	ஐயம் புகினும், செய்வன செய்	9
ஒ	ஒருவனைப் பற்றி, ஓர் அகத்து இரு	10
ஓ	ஓதலின் நன்றே, வேதியர்க்கு ஒழுக்கம்	11
ஔ	ஔவியம் பேசுதல் ஆக்கத்திற்கு அழிவு	12
ஃ	அஃகமும் காசும் சிக்கெனத் தேடு	13
க	கற்பு எனப்படுவது சொல் திறம்பாமை	14
கா	காவல்தானே பாவையர்க்கு அழகு	15
கி	கிட்டாதாயின் வெட்டென மற	16
கீ	கீழோர் ஆயினும், தாழ உரை	17
கு	குற்றம் பார்க்கின், சுற்றம் இல்லை	18
கூ	கூர் அம்பு ஆயினும், வீரியம்பேசேல்	19
கெ	கெடுவது செய்யின், விடுவது கருமம்	20

கே	கேட்டில் உறுதி கூட்டும் உடைமை	21
கை	கைப்பொருள் தன்னின், மெய்ப் பொருள் கல்வி	22
கொ	கொற்றவன் அறிதல் உற்ற இடத்து உதவி	23
கோ	கோட் செவிக் குறளை காற்றுடன் நெருப்பு	24
கௌ	கௌவை சொல்லின், எவ்வருக்கும் பகை	25
ச	சந்ததிக்கு அழகு, [1]வந்தி செய்யாமை	26
சா	சான்றோர் என்கை, ஈன்றோர்க்கு அழகு	27
சி	சிவத்தைப் பேணின், தவத்திற்கு அழகு	28
சீ	சீரைத் தேடின், ஏரைத் தேடு	29
சு	சுற்றத்திற்கு அழகு சூழ இருத்தல்	30
சூ	சூதும் வாதும் வேதனை செய்யும்	31
செ	செய் தவம் மறந்தால்[2] கைதவம் ஆளும்	32
சே	சேமம் புகினும், யாமத்து உறங்கு	33
சை	[3]சை ஒத்து இருந்தால், ஐயம் இட்டு உண்	34
சொ	சொக்கர் என்பவர்[4] அத்தம் பெறுவர்	35
சோ	சோம்பர் என்பவர் தேம்பித் திரிவர்	36
த	தந்தை சொல்மிக்க மந்திரம் இல்லை	37
தா	தாயின் சிறந்த ஒரு கோயிலும் இல்லை	38
தி	திரை கடல் ஓடியும் திரவியம் தேடு	39
தீ	தீராக் கோபம் போரா முடியும்	40
து	துடியாப் பெண்டிர் மடியில் நெருப்பு	41
தூ	தூற்றும் பெண்டிர் கூற்று எனத் தகும்	42
தெ	தெய்வம் சீறின், [5]கைதவம் மாளும்	43
தே	தேடாது அழிக்கின், பாடாய் முடியும்	44
தை	தையும் மாசியும் [6]வை அகத்து உறங்கு	45
தொ	தொழுது ஊண் சுவையின், உழுது ஊண் இனிது	46
தோ	தோழனோடும் ஏழைமை பேசேல்	47

1. வந்தி - மலடு; மனைவியை மலடாக்காது கூடி வாழ்தல் வேண்டும்.
2. இழப்பு, வருத்தம். 3. சை - பொருள்; 4. செல்வம் 5. கை கூடியிருந்த தவம்
6. வைக்கோல் வேய்ந்த வீடு.

ந	நல்இணக்கம் அல்லது அல்லற்படுத்தும்	48
நா	நாடு எங்கும் வாழ, கேடு ஒன்றும் இல்லை	49
நி	நிற்கக் கற்றல் சொல் திறம்பாமை	50
நீ	நீர்அகம் பொருந்திய ஊரகத்து இரு	51
நு	நுண்ணிய கருமமும் எண்ணித் துணி	52
நூ	நூல் முறை தெரிந்து, சீலத்து ஒழுகு	53
நெ	நெஞ்சை ஒளித்து ஒரு வஞ்சகம் இல்லை	54
நே	நேரா நோன்பு சீராகாது	55
நை	நைபவர் எனினும், நொய்ய உரையேல்	56
நொ	நொய்பவர் என்பவர் வெய்யவர் ஆவர்	57
நோ	நோன்பு என்பதுவே கொன்று தின்னாமை	58
ப	பண்ணிய பயிரில் புண்ணியம் தெரியும்	59
பா	பாலோடு ஆயினும், காலம் அறிந்து உண்	60
பி	பிறன் மனை புகாமை அறம் எனத் தகும்	61
பீ	[7]பீரம் பேணி பாரம் தாங்கும்	62
பு	புலையும் கொலையும் களவும் தவிர்	63
பூ	பூரியோர்க்கு இல்லை, சீரிய ஒழுக்கம்	64
பெ	[8]பெற்றோர்க்கு இல்லை, சுற்றமும் சினமும்	65
பே	[9]பேதைமை என்பது மாதர்க்கு அணிகலம்	66
பை	பையச் சென்றால், வையம் தாங்கும்	67
பொ	பொல்லாங்கு என்பவை எல்லாம் தவிர்	68
போ	போனகம் என்பது தான் உழந்து உண்டல்	69
ம	மருந்தே ஆயினும் விருந்தோடு உண்	70
மா	மாரி அல்லது காரியம் இல்லை	71
மி	மின்னுக்கு எல்லாம் பின்னுக்கு மழை	72

7. பீர் - தாய்ப் பால் - தாய்ப்பால் பருகி வளர்ந்தவன்.
8. ஞானம் பெற்றவர்க்கு.
9. அறிந்தும் அறியாதார் போலிருக்கும் மடம்.

மீ	மீகாமன் இல்லா மரக்கலம் ஓடாது	73
மு	முற்பகல் செய்யின், பிற்பகல் விளையும்	74
மூ	மூத்தோர் சொல்லும் வார்த்தை அமிர்தம்	75
மெ	மெத்தையில் படுத்தல் நித்திரைக்கு அழகு	76
மே	மேழிச் செல்வம் கோழைபடாது	77
மை	மைவிழியார்தம் மனை அகன்று ஒழுகு	78
மொ	[10]மொழிவது மறுக்கின், அழிவது கருமம்	79
மோ	மோனம் என்பது ஞான வரம்பு	80
வ	வளவன் ஆயினும் அளவு அறிந்து, அழித்து, உண்	81
வா	வானம் சுருங்கின், தானம் சுருங்கும்	82
வி	விருந்து இலோர்க்கு இல்லை, பொருந்திய ஒழுக்கம்	83
வீ	வீரன் கேண்மை கூர் அம்பு ஆகும்	84
வு(உ)	உரவோர் என்கை இரவாது இருத்தல்	85
வூ(ஊ)	ஊக்கம் உடைமை ஆக்கத்திற்கு அழகு	86
வெ	வெள்ளைக்கு இல்லை, கள்ளச் சிந்தை	87
வே	வேந்தன் சீறின், ஆம் துணை இல்லை	88
வை	வையம்தோறும் தெய்வம் தொழு	89
வொ(ஒ)	ஒத்த இடத்து நித்திரை கொள்	90
வோ(ஓ)	ஓதாதார்க்கு இல்லை, உணர்வொடும் ஒழுக்கம்	91

நிறைந்தது

---

10. பெரியோர் கூறும் அறிவுரை.

"தமிழ்நாட்டின் மற்ற செல்வங்களையெல்லாம் இழந்துவிடப் பிரியமா? ஔவையின் நூல்களை இழந்துவிடப் பிரியமா?" என்று நம்மிடம் யாரேனும் கேட்பார்களாயின், 'மற்ற செல்வங் களையெல்லாம் பறிகொடுக்க நேர்ந்தாலும் பெரிதில்லை. அவற்றைத் தமிழ்நாடு மட்டும் சமைத்துக் கொள்ள வல்லது. ஔவைப் பிராட்டியின் நூல்களை இழக்க ஒருபோதும் சம்மதப் பட மாட்டோம். அது மட்டும் சமைத்துக் கொள்ள முடியாத தனிப் பெருஞ் செல்வம்' என்று நாம் மறுமொழி உரைக்கக் கடமைப்பட்டிருக்கிறோம்.

பாரதியார்*

★ பாரதியார் கட்டுரைகள், பக். 160-161.

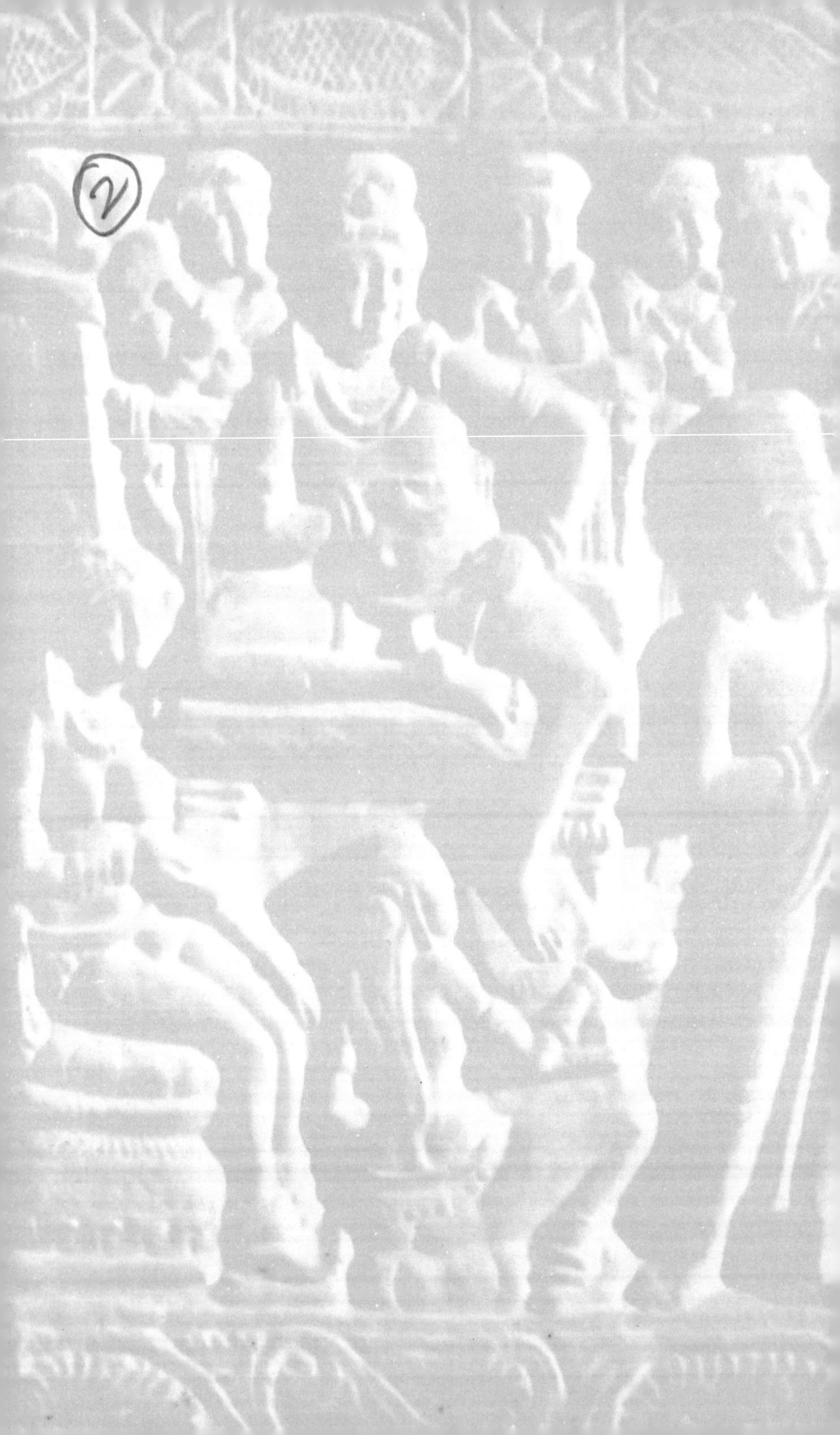